AF519113

ഗ്രീൻ ബുക്സ്

അക്കിത്തം

ആത്മഭാഷണങ്ങൾ

ഡോ.എൻ.പി. വിജയകൃഷ്ണൻ

എഴുത്തുകാരൻ, അധ്യാപകൻ, ഗവേഷകൻ.
1969ൽ പാലക്കാട് ജില്ലയിലെ കുലുക്കല്ലൂരിൽ ജനനം.
അച്ഛൻ: പി.പി. ശങ്കരനാരായണ പൊതുവാൾ.
അമ്മ: എൻ.പി. പാറുക്കുട്ടി പൊതുവാൾസ്യാർ.
പട്ടാമ്പി കോളേജിൽനിന്ന് എം.എ. ജയിച്ചു.
ഒളപ്പമണ്ണക്കവിതകളെക്കുറിച്ചുള്ള ഗവേഷണത്തിന്
കോഴിക്കോട് സർവ്വകലാശാലയിൽനിന്ന് ഡോക്ടറേറ്റ് ലഭിച്ചു.
1993 മുതൽ കേരളീയ കലകളെക്കുറിച്ചും സാഹിത്യത്തെക്കുറിച്ചും
എഴുതി വരുന്നു. കലാനിരൂപണങ്ങളും ജീവചരിത്രങ്ങളുമടക്കം
പത്തൊമ്പതു പുസ്തകങ്ങൾ പ്രസിദ്ധീകരിച്ചു.
വിവിധ കലാമേഖലകളിൽപ്പെട്ട ഒമ്പതു പേരുടെ
ആത്മകഥകൾക്കു ഭാഷ നല്കി.
പത്നി: സജി. മകൻ: നിരഞ്ജൻ.
മേൽവിലാസം: *പൊതുവാട്ടിൽ, മുളയങ്കാവ്, പി.ഒ. കുലുക്കല്ലൂർ–679 337*
ഫോൺ: 9446941432

അക്കിത്തം

ആത്മഭാഷണങ്ങൾ

ഡോ. എൻ.പി. വിജയകൃഷ്ണൻ

ആമുഖം

എം.ടി. വാസുദേവൻ നായർ

ഗ്രീൻ ബുക്സ്

green books private limited
gb building, civil lane road, ayyanthole,
thrissur- 680 003, kerala, ph: +91 487-2381066, 2381039
website: www.greenbooksindia.com
e-mail: info@greenbooksindia.com

malayalam
akkitham aathmabhashanangal
autobiographical dialogues
by
dr. n.p. vijayakrishnan

published july 2010
reprinted july 2016

cover design : rajesh chalode

branches:
thrissur 0487-2422515
thiruvananthapuram 0471-2335301
calicut 0495 4854662

isbn : 978-81-8423-181-6

₹ 165.00
GBPL/326/2010

മുഖക്കുറി

വാക്കിലും പ്രവൃത്തിയിലും ഒരുപോലെ വിശുദ്ധിയും സൗന്ദര്യവും കാത്തുസൂക്ഷിക്കുന്ന കവിയാണ് അക്കിത്തം. സമൂഹത്തിലെ തിന്മകൾക്കെതിരെ സദാ ശബ്ദമുയർത്തിക്കൊണ്ടിരിക്കുന്ന അദ്ദേഹത്തെ സാംസ്കാരിക കേരളം മലയാളത്തിന്റെ നന്മ എന്നു വിശേഷിപ്പിച്ചു. സമുദായത്തിന്റെ നവോത്ഥാനത്തിലും പുരോഗതിയിലും അദ്ദേഹം സാരമായ പങ്കു വഹിച്ചിട്ടുണ്ട്. ജീവിതത്തിലെ പ്രതിസന്ധികൾക്കും മൂല്യനിരാസത്തിനും നേരെയുള്ള അദ്ദേഹത്തിന്റെ പ്രതികരണം വളരെ ശക്തിയാർന്നതാണ്. അടിമത്തത്തേയും അസമത്വത്തേയും ആ തൂലിക നിശിതമായി വിമർശിച്ചു. മാർക്സിസം തൊട്ട് റാഡിക്കൽ ഹ്യൂമനിസംവരെയുള്ള ആശയങ്ങൾ അക്കിത്തത്തിന്റെ വിചാരധാരയെ സ്വാധീനിച്ചിട്ടുണ്ട്; എങ്കിലും ഒരു ഐഡിയോളജിയുടെയും 'ബന്ദി'യാകാൻ അദ്ദേഹം കൂട്ടാക്കിയില്ല. വലിയൊരു ദാർശനിക തലത്തിലേയ്ക്കു കടന്നുപോകുന്ന സൂക്ഷ്മമായൊരു മനസ്സ് അദ്ദേഹം എന്നും കാത്തുസൂക്ഷിച്ചു.

അക്കിത്തത്തിന്റെ ജീവിതത്തിലൂടെയും കാവ്യപ്രപഞ്ചത്തിലൂടെയും എൻ.പി. വിജയകൃഷ്ണൻ നടത്തുന്ന പര്യടനമാണീ ഗ്രന്ഥത്തിന്റെ കാതൽ. സംഭാഷണങ്ങളിലൂടെ, ഓർമ്മകളിലൂടെ, അപഗ്രഥനങ്ങളിലൂടെ ഒരു നവോത്ഥാന കാലത്തിന്റെ ചരിത്രം അദ്ദേഹം ചികഞ്ഞെടുക്കുന്നു; ഒപ്പം മലയാളകവിതയുടെയും. കവിയും കവിതയും കാലവും ഇവിടെ സമന്വയിക്കുന്നു. കേരളചരിത്രത്തിലെ ഏറ്റവും തേജസ്സാർന്ന ഒരു വ്യക്തിത്വത്തിന്നു നേരെ പിടിച്ച ഒരു കണ്ണാടിയാണീ ഗ്രന്ഥം.

കൃഷ്ണദാസ്
മാനേജിങ് എഡിറ്റർ

അക്കിത്തത്തിന്,
പ്രാർത്ഥനയോടെ സ്വന്തം വാസു

എം.ടി. വാസുദേവൻനായർ

അച്ഛന്റെ എൺപത്തിനാലാം പിറന്നാളിനു ക്ഷണിച്ചുകൊണ്ട് അക്കിത്തത്തിന്റെ മക്കളുടെ കത്തു വന്നപ്പോൾ കാലം എത്ര വേഗത്തിലാണ് കടന്നു പോകുന്നത് എന്ന് ഞാൻ ഓർത്തു പോയി. ഈ പ്രായത്തിലും പ്രപഞ്ചത്തിന്റെ എല്ലാ സ്പന്ദനങ്ങളും കാണുകയും കേൾക്കുകയും ചെയ്യുന്ന കവിമനസ്സ് അക്കിത്തത്തിലുണ്ട്. മനസ്സിൽ ഒരിക്കലും അണയാത്ത പ്രകാശമായി നില്ക്കുകയാണ് അദ്ദേഹത്തിന്റെ കവിത.

ഇളംപ്രായത്തിൽ അക്കിത്തത്തു മനയ്ക്കലെ വാസുദേവൻ, പരമേശ്വരൻ, നാരായണൻ, രാമൻ എന്നിവരുമായിട്ടായിരുന്നു എനിക്ക് അധികം അടുപ്പം. വാസുദേവൻ മലയാളം അധ്യാപകനായിരുന്നു. മനയ്ക്കലെ പത്തായപ്പുരയിൽ സൂക്ഷിച്ച പുസ്തകങ്ങളിൽനിന്നാണ് എന്റെ വായന തുടങ്ങുന്നത്. സ്കൂൾ ലൈബ്രറിയിൽ വേണ്ടത്ര പുസ്തകങ്ങളുണ്ടായിരുന്നില്ല. ഒരു അലമാരയിൽ പണ്ട് വാങ്ങിവച്ച പുസ്തകങ്ങൾ മാത്രം. പുതിയ പുസ്തകങ്ങൾ വരുത്തുന്ന പതിവുമില്ല. സ്കൂൾ വിട്ടശേഷം പുസ്തകം എടുക്കാൻ ചെല്ലുമ്പോൾ ലൈബ്രറിയുടെ ചാർജ്ജുള്ള അധ്യാപകൻ പോകാനുള്ള തിരക്കിലായിരിക്കും. 'പിന്നെ വാ' എന്നു പറഞ്ഞ് മടക്കി അയയ്ക്കുക പതിവായി. അക്കാലത്ത് എനിക്ക് ഏക ആശ്രയം ആ പത്തായപ്പുരയിലെ പുസ്തകങ്ങളായിരുന്നു. തകഴിയുടെയും ബഷീറിന്റെയും പൊറ്റെക്കാട്ടിന്റെയും കഥകൾ വായിക്കുന്നത് അവിടെനിന്നാണ്. മുതിർന്നപ്പോൾ ഇംഗ്ലീഷ് പുസ്തകങ്ങൾ വായിക്കാനുള്ള സൗകര്യവും ആ ലൈബ്രറിയിൽ നിന്നുതന്നെ ലഭിച്ചു.

അക്കാലത്ത് അക്കിത്തത്തെ മനയ്ക്കൽ അധികം കണ്ടിരുന്നില്ല. യോഗക്ഷേമസഭാ പ്രവർത്തനങ്ങളും കവിത എഴുത്തുമൊക്കെയായി അദ്ദേഹം മിക്കവാറും തൃശ്ശൂരിലാവും. അദ്ദേഹം മനയ്ക്കലുള്ള സന്ദർഭങ്ങളിലാവട്ടെ ഭയഭക്തിബഹുമാനങ്ങളോടെ മാറി നില്ക്കുകയായിരുന്നു പതിവ്. വളരെ അകലെനിന്നുകൊണ്ടുള്ള നോക്കിക്കാണൽ. അദ്ദേഹത്തിന് എന്നെ നന്നായി അറിയാം. എന്റെ ചില കഥകൾ കേരള പത്രികയിൽ വന്നു തുടങ്ങിയിരുന്നു. ആ കഥകൾ അദ്ദേഹം ശ്രദ്ധിച്ചിരുന്നു. കഥകൾ വായിച്ച ശേഷം മാർജിനിൽ 'ഭേഷ്' എന്ന് എഴുതി ഒപ്പിടും. അക്കിത്തം എന്റെ കഥകൾ ശ്രദ്ധിച്ചു എന്നത് അഭിമാനമായി കൊണ്ടു നടന്നു. ഒപ്പം ചെറിയ പരിഭ്രമവും തോന്നും. സ്നേഹം, ബഹുമാനം, ഭക്തി എന്നീ വികാരങ്ങളോടെയുള്ള ഒരു ബന്ധമായിരുന്നു അന്ന് പുലർത്തിയിരുന്നത്; ഇന്നും.

പൂർവ വിദ്യാർത്ഥി എന്ന നിലയിൽ കുമരനല്ലൂർ ഹൈസ്കൂളുമായി അക്കിത്തം ബന്ധപ്പെട്ടിരുന്നു. ഇടയ്ക്കൊക്കെ സ്കൂളിൽ വരും. അധ്യാപകർക്കും അദ്ദേഹത്തെ വലിയ കാര്യമായിരുന്നു. കുമരനല്ലൂർ ഹൈസ്കൂളിൽ പൂർവ വിദ്യാർത്ഥികൾ ഒരുക്കിയ ഒരു നാടകത്തിൽ ഒരു മുസ്ലീം കഥാപാത്രമായി അക്കിത്തം രംഗത്തുവന്നിട്ടുണ്ട്. ആ നാടകം ഇപ്പോഴും ഓർമ്മയിലുണ്ട്. പിന്നീട് റെയിൽവേ ഉദ്യോഗസ്ഥനായ കുഞ്ഞിമൊയ്തീനും അതിൽ അഭിനയിച്ചിരുന്നു.

ഞാനും അക്കിത്തത്തിന്റെ കവിതകളുടെ വായനക്കാരനായി. അദ്ദേഹത്തിന്റെ ആദ്യ പുസ്തകം 'വീരവാദം' മംഗളോദയമാണ് പ്രസിദ്ധീകരിച്ചത്. മനയ്ക്കലെ പത്തായപ്പുരയിൽ വായിച്ചും എഴുതിയും ഇരിക്കുന്ന അക്കിത്തത്തെ പലപ്പോഴും കാണാറുണ്ട്. നന്നായി മുറുക്കിയിരുന്നു. ബീഡിയും സിഗററ്റും വലിച്ചിരുന്നു. ഇതു മൂന്നും മുൻപിൽ വച്ചാണ് ഇരിപ്പ്. എന്റെ മൂത്ത ജ്യേഷ്ഠന് അക്കിത്തവുമായി ഇടപെടാൻ കൂടുതൽ സ്വാതന്ത്ര്യമുണ്ടായിരുന്നു. എനിക്ക് അന്ന് അടുത്തു ചെല്ലാൻ നന്നേ പേടി തോന്നിയിരുന്നു.

ഹൈസ്കൂളിൽ പഠിക്കുമ്പോൾ അക്ഷരശ്ലോകമത്സരത്തിൽ എനിക്കു സമ്മാനം ലഭിച്ചിട്ടുണ്ട്. 'ണ' എന്ന അക്ഷരം കൊണ്ട്

തുടങ്ങേണ്ട ഒരു ശ്ലോകം അടുത്തയാൾക്കു കൊടുക്കാനുള്ള അവസരം കിട്ടി. അയാൾക്ക് അറിയില്ലെങ്കിൽ 'ണ' വച്ച് ഞാൻ തുടങ്ങുകയും വേണം. 'ണ' വച്ച് ഒരു ശ്ലോകത്തിനായി ഞാൻ അക്കിത്തത്തെ ശങ്കിച്ച് സമീപിച്ചു. അദ്ദേഹം എന്നെ നോക്കി ചിരിച്ചു. അപ്പോൾത്തന്നെ,

"ണാം ണാം മുഴങ്ങി മണി" എന്നു തുടങ്ങുന്ന ഒരു ശ്ലോകം എഴുതിത്തന്നു. ആ മത്സരത്തിൽ എനിക്കുതന്നെയായിരുന്നു ജയം. വലിയ എഴുത്തുകാരുടെ കൃതികൾ വായിച്ച് എഴുത്ത് എന്ന അത്ഭുതലോകത്തിലേക്കു കടക്കണമെന്ന് എനിക്ക് ആഗ്രഹം തോന്നിയ ഒരു കാലഘട്ടമായിരുന്നു അത്.

ഞാൻ കോഴിക്കോട്ട് മാതൃഭൂമിയിൽ ചേർന്ന കാലം. അതിനോട് അടുപ്പിച്ചാണ് അക്കിത്തത്തിന് ആകാശവാണിയിൽ ജോലി കിട്ടുന്നത്. ആനിഹാൾ റോഡിൽ ഒരു വീടിന്റെ മുകളിലത്തെ നിലയിലായിരുന്നു ഞാൻ അന്ന് താമസം. കുറച്ചുമാസങ്ങൾ അക്കിത്തവും ഞാനും ഒരുമിച്ചായിരുന്നു താമസം. അദ്ദേഹത്തിന് മൂന്നു മണിക്കു പോയാൽ മതി. എട്ടുമണിക്ക് തിരിച്ചെത്തുകയുമാവാം. അക്കാലത്ത് അക്കിത്തത്തിന്റെ എഴുത്തിന് സാക്ഷിയാവാൻ എനിക്കു കഴിഞ്ഞു. രാത്രിയിലാണ് എഴുത്ത്. അപ്പുറത്തെ മുറിയിൽ പായ വിരിച്ച് അതിൽ കമിഴ്ന്നു കിടന്നാണ് അദ്ദേഹം എഴുതുക. ആ കെട്ടിടത്തിന്റെ മതിലിനപ്പുറത്ത് റെയിൽവേ യാർഡാണ്. കൽക്കരി എഞ്ചിനുകൾ വേർപെടുത്തുകയും കൂട്ടിച്ചേർക്കുകയും ചെയ്യുമ്പോഴത്തെ ചീറ്റലും ശബ്ദവും രാത്രി മുഴുവൻ കേൾക്കാം. പരിചയമായപ്പോൾ എനിക്കത് ഉറക്കത്തിന് ഒരു തടസ്സമല്ലാതായി. രാത്രിയിൽ ഞാൻ ഉണരുമ്പോൾ പുറത്തെ മുറിയിൽ അക്കിത്തം കമിഴ്ന്നു കിടക്കുന്നതു കാണാം. ഉറങ്ങുകയല്ല. ചിലപ്പോൾ എഴുതുന്നു, എഴുതിയ വരികൾ നോക്കിക്കൊണ്ട് പിന്നെയും കിടക്കുന്നു. ഉറങ്ങുന്ന എന്നെ ഉണർത്തരുത് എന്നു കരുതിയാവാം പതുക്കെ കടന്നു വന്ന് വായിലെ മുറുക്കാൻ ചണ്ടി പിന്നിലെ ജനാലയിലൂടെ തുപ്പുന്നു. തിരിച്ചുപോയി വീണ്ടും പായിൽ കമിഴ്ന്നുകിടക്കുന്നതു കാണാം.

രണ്ടു മുറിക്കുമിടയിൽ വാതിലില്ല. പുറത്തെ മുറിയിലെ വെളിച്ചം എനിക്ക് ഉറക്കത്തിനു തടസ്സമാവുന്നുണ്ടോ എന്നായിരുന്നു

അക്കിത്തത്തിന്റെ സംശയം. ഇല്ല. ഉറക്കത്തിൽ ഞാനുണ്ടാക്കുന്ന ശബ്ദങ്ങൾ അദ്ദേഹത്തെ ശല്യപ്പെടുത്തുന്നുണ്ടോ എന്നായിരുന്നു എന്റെ ഉത്കണ്ഠ. ജോലിയില്ലാത്ത ദിവസങ്ങളിൽ പകൽസമയത്തും എഴുതുന്നതു കാണാം. അക്കിത്തത്തിന്റെ ചില പ്രശസ്ത കവിതകൾ അവിടെവച്ചാണ് എഴുതിയത്. എഴുതിക്കഴിഞ്ഞാൽ എനിക്കു വായിക്കാൻ തരും. കവിത ഫെയർ എഴുതി എൻ.വി. കൃഷ്ണവാരിയർക്കു കൊടുക്കാൻ എന്നെയാണ് ഏല്പിക്കുക. "വാസു വായിച്ചുനോക്കി കൊടുത്താൽ മതി" എന്നു പറഞ്ഞാണ് കൈയിൽത്തരിക. അക്കിത്തം വൈകി ഉറങ്ങി വൈകിയാണ് എണീക്കുക. ഞാൻ ഏഴുമണിക്ക് എഴുന്നേല്ക്കും. എം.ബി. ട്യൂട്ടോറിയലിൽ രണ്ടു പിരിയഡ് ക്ലാസെടുത്ത ശേഷമാണ് മാതൃഭൂമിയിൽ പോയിരുന്നത്. ചിലപ്പോൾ രാത്രിയിലും ഓഫീസിൽ പോകേണ്ടി വരും. എന്റേതായ എഴുത്തുപണികൾക്ക് ഞായറാഴ്ചയാണ് സമയം കണ്ടെത്തിയിരുന്നത്. രാത്രികളിൽ ആലോചിക്കുകയും എഴുതുകയും എഴുതാതിരിക്കുകയും ചെയ്തിരുന്ന അക്കിത്തത്തിന്റെ കമിഴ്ന്നു കിടന്നുകൊണ്ടുള്ള ആ തപസ്സ് ഇപ്പോഴും എന്റെ മനസ്സിലുണ്ട്.

അക്കിത്തത്തിന്റെ കവിതകൾ ഏതുകാലത്തും എനിക്കു പ്രിയപ്പെട്ടതാണ്. ഒരിക്കൽ അദ്ദേഹം ഒരു സമാഹാരം ഇറക്കുമ്പോൾ പരിഷത്ത് മാസികയിൽ വന്ന ഒരു കവിതയെക്കുറിച്ച് ഞാൻ ഓർമ്മിപ്പിച്ചു. അദ്ദേഹം തന്നെ മറന്നുപോയിരുന്നു. അദ്ദേഹം അതു തേടിപ്പിടിച്ച് പുസ്തകത്തിൽ ചേർക്കുകയുണ്ടായി. മറ്റു ചില അവസരങ്ങളിലും അദ്ദേഹം മറന്നു പോയ ചില കവിതകളെക്കുറിച്ച് ഓർമ്മപ്പെടുത്താൻ സാധിച്ചിട്ടുണ്ട്. കവിതകൾക്കു പുറമെ ചെറുകഥകളും നാടകങ്ങളും ലേഖനങ്ങളും തൂലികാചിത്രങ്ങളും അക്കിത്തം എഴുതിയിട്ടുണ്ട്. 'ഭാഗവതം' തർജ്ജമ വേറെയും. ഒരായുഷ്ക്കാലം കൊണ്ടുമാത്രം മുഴുമിപ്പിക്കാവുന്ന, വലിയ അധ്വാനമുള്ള പ്രവൃത്തിയാണ് വർഷങ്ങൾ എടുത്ത് അക്കിത്തം നിറവേറ്റിയത്. മീറ്റിങ്ങുകൾക്കു പോകുന്നതിനിടയിലും മറ്റു ജോലികൾക്കിടയിലും ഭാഗവതം തർജ്ജമ അദ്ദേഹം തുടർന്നുകൊണ്ടേയിരുന്നു.

അക്കിത്തത്തിന്റെ കഥകളും എനിക്ക് ഇഷ്ടമാണ്. പ്രത്യേകിച്ചും 'പാമ്പ്' എന്ന കഥ. മുട്ടുകുത്തി നടക്കുന്ന ഒരു കുട്ടി

മുറ്റത്തേയ്ക്കിറങ്ങിയപ്പോൾ ഒരു പാമ്പ് അതിലൂടെ ഇഴഞ്ഞു പോയി. ആപത്തൊന്നും പറ്റിയില്ല. കുട്ടിയെ ശ്രദ്ധിക്കാൻ ആരുമില്ല എന്നതിനെച്ചൊല്ലി കുടുംബത്തിലുള്ളവർ തമ്മിൽ കലഹമായി. ഈ കോലാഹലം നടക്കുമ്പോൾ അങ്ങോട്ടു കയറിവന്ന കാരണവർ "എന്താ ഇവിടെ കേളപ്പനൊറ്റെ വന്ന്വാ?" എന്നു ചോദിക്കുന്ന ഭാഗമുണ്ട് കഥയിൽ. അത് എന്നെ വല്ലാതെ ആകർഷിച്ചു. ഒരുഭാഗത്ത് കെ.കേളപ്പനും മറുഭാഗത്ത് വി.ടിയും കലാപകാരികളായി വിലയിരുത്തപ്പെട്ടിരുന്ന ഒരു കാലത്തിന്റെ ചിത്രമുണ്ട് ആ കഥയിൽ.

വിടിയേക്കാളും മുമ്പനാണേതു
ഗോഷ്ടിത്തവും കാട്ടുവാ,-
നെന്താ ചാരാൻ കോസറി വരുത്തണോ?
എന്നുള്ള അക്കിത്തത്തിന്റെ ഒരു കവിതയിലെ വരികൾ ഇതോടൊപ്പം ഓർത്തുപോവുകയാണ്.

അക്കിത്തവും സഹോദരന്മാരുമായുള്ള എന്റെ ബന്ധം ഇന്നും തുടരുന്നു. നിരന്തരമായി ഉള്ളിലുള്ള കവിത ഇന്നും ജ്വലിച്ചു നില്ക്കുന്നു എന്നാണ് അക്കിത്തത്തെക്കുറിച്ച് ഒരിക്കൽക്കൂടി പറയാനുള്ളത്. പ്രായം അദ്ദേഹത്തിന്റെ കാവ്യഭാവനയെ ഒരിക്കലും മങ്ങലേല്പിക്കില്ല. ഞാൻ അദ്ദേഹത്തിന്റെ സ്വാസ്ഥ്യത്തിനും ദീർഘായുസ്സിനും വേണ്ടി എന്നും പ്രാർത്ഥിച്ചുകൊണ്ടിരിക്കും. ■

കവിയുടെ കഥ; കവിതയുടെയും

സാത്വികതയുടെ നിറഞ്ഞ മനസ്സും ശരീരവുമാണ് അക്കിത്തം അച്യുതൻ നമ്പൂതിരിയുടേത്. മലയാളകവിതയുടെ സുകൃതമാണ് ഈ ജന്മം. ഹൃദയത്തിലേക്കു നോക്കി എഴുതൂ എന്നാണ് അക്കിത്തം ഒരു ലേഖനസമാഹാരത്തിനു പേരിട്ടിരിക്കുന്നത്. അക്കിത്തം ഹൃദയത്തിലേക്കു നോക്കി എഴുതിയ കവിയാണ്. മലയാളകവിതയുടെ ഭാവുകത്വത്തിൽ മാറ്റം വന്ന കാലത്തും തന്റെ കാവ്യവ്യക്തിത്വത്തിൽ അദ്ദേഹം ഉറച്ചുനിന്നു. എന്നും മനുഷ്യന്റെ പക്ഷത്തു നിന്നുകൊണ്ടാണ് അദ്ദേഹം എഴുതിയതും സംസാരിച്ചതും. മാനവികതയിൽ അധിഷ്ഠിതമായ നിലപാടുകൾ സ്വീകരിച്ചപ്പോഴൊക്കെ അതു തിരിച്ചറിയാത്ത ചിലർ അക്കിത്തത്തോട് കലഹിക്കുന്നതും കണ്ടു. വാദവിവാദങ്ങൾക്ക് ഇടം കൊടുക്കാതെ സംസ്ക്കാരസമ്പന്നമായ മൗനംകൊണ്ടാണ് അക്കിത്തം അതിനെയെല്ലാം നേരിട്ടത്.

ഇപ്പോൾ അക്കിത്തം അധികം എഴുതാറില്ല. അക്കിത്തംകവിതകൾ സമ്പൂർണ്ണമായി പുറത്തുവന്നു. കവിതയോളം തന്നെ അദ്ദേഹം ശ്രദ്ധിച്ച ലേഖനങ്ങളുടെ സമാഹാരവും പ്രസിദ്ധപ്പെടുത്തി. അക്കിത്തത്തിന്റെ കാവ്യലോകം അതിവിസ്തൃതമാണ്. അത്രയ്ക്കും സമ്പന്നവുമാണ്. വിവിധ മണ്ഡലങ്ങളിൽ വ്യാപരിച്ചതിന്റെ ദീർഘകാല അനുഭവങ്ങൾ അദ്ദേഹത്തിനു പറയാനുണ്ട്. അതു കേരളം കേൾക്കേണ്ടതുമാണ്. ഓർമ്മകളുടെ വിപുലസഞ്ചയമായ ആത്മകഥ എഴുതാൻ അക്കിത്തം ഒരുക്കമല്ല. ആത്മകഥയിൽ 'ഞാൻ' കടന്നു വരും. ഈ സ്വാഭാവികതയെപ്പോലും സ്വീകരിക്കാൻ അക്കിത്തത്തിനു നിവൃത്തിയില്ല. ആത്മസ്വരൂപത്തെ വിവരിക്കാൻ അദ്ദേഹം മടിക്കുന്നു. തുറന്നു

പറയേണ്ട അവസരങ്ങളിലെ മൗനം പാലിക്കൽ, ചില തുറന്നെഴുത്തുകൾ തുടങ്ങി ആത്മകഥയിൽ പുലരേണ്ട എഴുത്തുരീതികളെപ്പറ്റി അദ്ദേഹം ബോധവാനാണ്. ആത്മകഥ പറഞ്ഞു കൊടുത്ത് എഴുതിക്കാനും അക്കിത്തത്തിനു താത്പര്യമില്ല.

എന്നാൽ, അക്കിത്തംകവിതകളിൽ പലതിലും കവിയുടെ ജീവിതം തെളിഞ്ഞു വരുന്നുണ്ട്. കാവ്യജീവിതവും വ്യക്തിജീവിതവും. കവിതയെക്കുറിച്ചുള്ള വർത്തമാനത്തിലൂടെ അദ്ദേഹത്തിലെ ആത്മകഥാപരമായ അംശങ്ങൾ രേഖപ്പെടുത്തുന്നതു നന്നായിരിക്കുമെന്നു തോന്നി. അഭിമുഖ ആത്മകഥ എന്ന നിലയിൽ ഇങ്ങനെയൊരു നിർവ്വഹണത്തിന് അക്കിത്തം സമ്മതിക്കുകയും ചെയ്തു. ഒരു ആത്മകഥയും ഒരിക്കലും പൂർണ്ണമാകില്ല. അത്തരം അപൂർണ്ണത ഈ സംഭാഷണകഥയിലും ഉണ്ട്. അക്കിത്തത്തിന്റെ കാവ്യസഞ്ചാരപാതകളിലൂടെ കവിക്കൊപ്പമുള്ള യാത്ര എന്ന നിലയിലാണ് ഈ വർത്തമാനം എഴുതിയിട്ടുള്ളത്. അക്കിത്തം വിട്ടുപോയ പല അനുഭവങ്ങളും ഉണ്ടാകാം. അദ്ദേഹത്തിന്റെ മനഃശുദ്ധി ചില തുറന്നുപറയലിനു അദ്ദേഹത്തെ വിമുഖനാക്കുന്നു.

അഭിമുഖ സംഭാഷണത്തിന്റെ ഉപചാരങ്ങളിൽനിന്നു മാറി സാധാരണ വർത്തമാനത്തിൽനിന്ന് ഉരുത്തിരിഞ്ഞതാണ് ഇതിലെ വസ്തുതകൾ. ആത്മാർത്ഥമായും ഉത്സാഹത്തോടെയുമാണ് അക്കിത്തം സംസാരിച്ചത്. ഉള്ളു തുറന്ന വർത്തമാനം. 2008-09 കാലത്താണ് ഈ ദീർഘ സംഭാഷണം നടത്തിയത്.

കലാനിരൂപണങ്ങളിൽ കൂടുതൽ ശ്രദ്ധിച്ചിരുന്ന എന്നോട് അക്കിത്തത്തെ വിശദമായി ഇന്റർവ്യൂ ചെയ്യാൻ പ്രേരിപ്പിച്ചത് എഴുത്തുകാരി ജ്യോതികയാണ്. ഈ ഉത്സാഹിപ്പിക്കലിനു നന്ദി പറയട്ടെ.

അക്കിത്തം കവിതകളെക്കുറിച്ച് ധാരാളം പഠനങ്ങളും പഠന പുസ്തകങ്ങൾ തന്നെയും വന്നിട്ടുണ്ട്. കാവ്യനീതി തേടിയുള്ള യാത്രാനുഭവത്തെക്കുറിച്ച് അക്കിത്തത്തിന്റെ ഹൃദയം പകർന്ന വാക്കുകൾ എന്ന നിലയിൽ ഈ പുസ്തകത്തിനു വേറിട്ട സ്വഭാവമുണ്ട് എന്നു കരുതുന്നു. ഈ ദീർഘസംഭാഷണം മൂന്നു ഘട്ടങ്ങളിലായി മലയാളം വാരികയിൽ പ്രാധാന്യത്തോടെ പരമ്പര

യായി പ്രസിദ്ധപ്പെടുത്തിയത് എസ്. ജയചന്ദ്രൻനായർ സാറാണ്. ഈ എഴുത്തിന് എന്നെ ഉത്സാഹിപ്പിച്ചതും അദ്ദേഹം തന്നെ. ആകാശവാണി അനുഭവങ്ങൾ കമൽറാം സജീവ് മാതൃഭൂമി ആഴ്ചപ്പതിപ്പിലും, ഇരുപതാം നൂറ്റാണ്ടിന്റെ ഇതിഹാസത്തെക്കുറിച്ച് അക്കിത്തം പറഞ്ഞത് കെ. ശ്രീകുമാർ മാതൃഭൂമി വാരാന്തപ്പതിപ്പിലും പ്രസിദ്ധീകരിച്ചു. അവരോടുള്ള സന്തോഷം രേഖപ്പെടുത്തുന്നു. കവിപക്ഷത്തുനിന്ന് സർവ്വസഹായവും നല്കിയ അക്കിത്തം മകൻ നാരായണൻ, അക്കിത്തത്തെ വരച്ച നമ്പൂതിരി, ഭാഷാപോഷിണിയിൽ നിന്ന് വരകൾ എടുത്തു ചേർക്കാൻ അനുവാദം നല്കിയ കെ.സി. നാരായണൻ, പുസ്തകം പ്രസിദ്ധീകരിക്കുന്ന ഗ്രീൻബുക്സ്. എല്ലാവർക്കും നന്ദി.

എം.ടി. വാസുദേവൻനായർ അക്കിത്തത്തിന്റെ ശതാഭിഷേക വേളയിൽ എഴുതിയ ലേഖനം ഈ പുസ്തകത്തിന്റെ അനുഗ്രഹലേഖനമായി ചേർക്കാൻ സമ്മതിച്ചതിന്റെ കൃതാർത്ഥതയോടെ ഈ സംഭാഷണ പുസ്തകം വായനയ്ക്കായി സമർപ്പിക്കുന്നു.

എൻ.പി. വിജയകൃഷ്ണൻ

■

അക്കിത്തം

ആത്മഭാഷണങ്ങൾ

കവിതയ്ക്കു പിന്നിലെ കഥ, കവിയുടെയും

ഒരു ദിവസം ഇടശ്ശേരി ഗോവിന്ദൻനായർ അക്കിത്തം അച്യുതൻ നമ്പൂതിരിയോടു പറഞ്ഞു: എഴുതിയവയിൽനിന്ന് പത്തു കവിത എടുത്തു തരൂ. പുസ്തകമാക്കാൻ മംഗളോദയത്തിലേക്ക് അയയ്ക്കാനാണ്. തന്റെ ആളുകളല്ലേ നടത്തണ്. അച്ചടിയ്ക്കണംന്ന് തോന്ന്യാലോ?

ഇടശ്ശേരി പറഞ്ഞാൽ അക്കിത്തത്തിനു മുന്നും പിന്നുമില്ല. പത്തു കവിതകൾ ചേർത്തുവച്ച് മംഗളോദയത്തിന് അയച്ചു. പുസ്തകത്തിന്റെ പേരിനെക്കുറിച്ചൊന്നും ആലോചിച്ചില്ല. ഇടശ്ശേരി പറഞ്ഞു, ചെയ്തു. അത്രയേ അക്കിത്തത്തിന്റെ മനസ്സിലുണ്ടായിരുന്നുള്ളൂ. കുറച്ചു കവിതകൾ പ്രസിദ്ധപ്പെടുത്തി. കവിയായി. ഇനി ഗ്രന്ഥകാരനാകണം. ഈവക ചിന്തകളും മോഹങ്ങളും അക്കിത്തത്തെ അലട്ടിയിരുന്നില്ല.

നമ്പൂതിരി യോഗക്ഷേമസഭയുമായി ബന്ധപ്പെട്ട സമ്മേളനം, ഒ.എം.സിക്ക് സ്വീകരണം. മുപ്പത്തിയഞ്ചു കാളകൾ വലിക്കുന്ന വണ്ടിയുമൊക്കെയായി ഘോഷയാത്ര. യോഗക്ഷേമസഭയുടെ ഉപസംഘടനയായി നമ്പൂതിരി സാഹിത്യസമാജം എന്ന സംഘടന രൂപീകരിക്കുകയാണ്. അക്കിത്തത്തിനു ചെറുപ്പമാണ്. ആഘോഷസ്ഥലത്ത് നമ്പൂതിരിമാരുടെ ചങ്ങാതികളും എത്തിയിട്ടുണ്ട്. അക്കിത്തത്തെ കണ്ട ഉടനെ ഇ.പി. ഗോപാലൻ പറഞ്ഞു:

താൻ ഗ്രന്ഥകർത്താവായിരിക്കുന്നു; ചായ വേണം. അക്കിത്തം അമ്പരന്നു. മംഗളോദയത്തിലേക്കു കവിതകൾ അയച്ചിട്ട് ഒന്നേ

മുക്കാൽക്കൊല്ലം കഴിഞ്ഞിരിക്കുന്നു. താൻതന്നെ മറന്ന മട്ടാണ്. ഇ.പി. ഗോപാലൻ അക്കിത്തത്തെ കൂട്ടിക്കൊണ്ടുപോയി. യോഗത്തിന്റെ ഓഫീസിൽ തന്റെ പുസ്തകം വില്പനയ്ക്കു വച്ചിരിക്കുന്നു! പുസ്തകപ്പേര്: വീരവാദം. ആദ്യപുസ്തകത്തിന്റെ കാഴ്ചയെക്കാൾ അക്കിത്തത്തെ അത്ഭുതപ്പെടുത്തിയത് അടുത്തിരിക്കുന്ന പുസ്തകമാണ്. പി. ഭാസ്കരന്റെ 'വില്ലാളി'. പി. ഭാസ്കരന്റെ പുസ്തകവും തന്റെ പുസ്തകവും ഒരേ സമയത്താണ് പ്രസിദ്ധീകരിച്ചിരിക്കുന്നത്. അപ്പോഴും അക്കിത്തത്തിന്റെ മനസ്സിൽ ഒരു ചോദ്യം ഉയർന്നു. ആരാണ് വീരവാദം എന്നു പേരിട്ടത്. ആദ്യത്തെ കവിതയുടെ പേര് തലക്കെട്ടായി കൊടുത്തതാകണം എന്നേ ചിന്തിച്ചുള്ളൂ.

എ.കെ.ടി.കെ.എം. വാസുദേവൻ നമ്പൂതിരിപ്പാടാണ് മംഗളോദയത്തിന്റെ അധിപൻ. അദ്ദേഹം ഒരു കാവ്യസമാഹാരം, അച്ചടിക്കാൻ യോഗ്യമാണോ എന്നു പരിശോധിക്കാൻ ചങ്ങമ്പുഴയെയും മുണ്ടശ്ശേരിയെയും ഏല്പിച്ചു. കവിതകൾ വായിച്ച ചങ്ങമ്പുഴ ശാഠ്യത്തോടെ നമ്പൂതിരിപ്പാടിനോടു പറഞ്ഞു:

ഇത് അച്ചടിക്കണം.

പേരൊന്നുമില്ലല്ലോ - നമ്പൂതിരിപ്പാട്.

ചങ്ങമ്പുഴ ആദ്യത്തെ കവിത ഒന്നുകൂടി വായിച്ചു. എന്നിട്ടു പറഞ്ഞു: ഈ കവിതയുടെ പേരുതന്നെ മതി. വീരവാദം.

മംഗളോദയത്തിൽ പ്രൂഫ് റീഡറായിരുന്ന ഐ.എസ്. നമ്പൂതിരി അക്കിത്തത്തെ കണ്ടപ്പോഴാണ് വീരവാദത്തിന്റെ പ്രസിദ്ധീകരണകഥ പറയുന്നത്. അക്കിത്തം അത്ഭുതപ്പെട്ടു. സാക്ഷാൽ ചങ്ങമ്പുഴയാണ് തന്റെ ആദ്യകാവ്യസമാഹാരം പ്രസിദ്ധീകരിക്കാൻ ശുപാർശ ചെയ്തത്. ചങ്ങമ്പുഴ അംഗീകരിച്ച കവിയായിരിക്കുന്നു താൻ. അപ്പോഴും അക്കിത്തത്തിനു സംശയം. എന്തുകൊണ്ട് വീരവാദം എന്ന പേര് തിരഞ്ഞെടുത്തു? സ്വന്തം കവിത ഒന്നുകൂടി വായിച്ചപ്പോൾ അക്കിത്തത്തിന് അതു വ്യക്തമായി.

ക്ഷുദ്രതേ, സമുദായനീതിതൻ കുപ്പായത്തിൽ
ഭദ്രമായ് നിവസിക്കും കാപട്യപാരമ്യമേ

ഈ വരികളാവും ചങ്ങമ്പുഴയുടെ മനസ്സിൽ ഉടക്കിയിട്ടുണ്ടാവുക. "കപടലോകത്തിൽ ആത്മാർത്ഥമായൊരു/ഹൃദയമുണ്ടായതാണെൻ

പരാജയം" എന്നെഴുതിയ കവിക്കു കാപട്യപാരമ്യം എന്ന പ്രയോഗം മാത്രം മതി ഒരു പുതുകവിയെ സമ്മതമാവാൻ.

ഈ സംഭവത്തിന് അറുപത്തിരണ്ടു കൊല്ലത്തെ പഴക്കമുണ്ട്. അക്കിത്തം പറഞ്ഞ ഈ കഥകൾ പരിശോധിക്കുമ്പോൾ രണ്ടു ചോദ്യങ്ങൾ ഉന്നയിക്കപ്പെടാം. ഇടശ്ശേരിയുടെ ശിഷ്യനായ അക്കിത്തത്തെ എങ്ങനെ ചങ്ങമ്പുഴയ്ക്കു ബോധിച്ചു? അക്കിത്തത്തിന്റെ ആദ്യകാല കവിതകളിൽ ചങ്ങമ്പുഴസ്പർശം ഉണ്ടായിരുന്നോ? തുടക്കക്കാരനായ ഒരു കവിക്ക് സ്വാധീന സമ്പർക്കങ്ങളില്ലാതെ എഴുതിത്തെളിയുക പ്രയാസമാണ്. അക്കിത്തത്തിന്റെ ആദ്യകാല കവിതകളിൽ പ്രകടമാകുന്ന സഹജമായ കവിത്വവാസനയുടെ പ്രബലപ്പെടലാണ് തുടർക്കാല കവിതകളിൽ കാണുന്നത്. അക്കിത്തം എന്ന കവി രൂപപ്പെട്ട സാമൂഹ്യ സാംസ്ക്കാരിക പശ്ചാത്തലം വച്ചുനോക്കുമ്പോൾ, മൗലികതയുടെ ആൾരൂപങ്ങൾക്കൊപ്പം നിന്നതിന്റെ ഗുണങ്ങൾ ഈ കവിയിൽ കാണാം. ഇടശ്ശേരിയും ഉറൂബും ഉൾപ്പെടുന്ന ഒരു തട്ടകത്തിന്റെ പ്രതിനിധിയാണ് അക്കിത്തവും. നമ്പൂതിരി നവോത്ഥാനകാല പ്രവർത്തനങ്ങളുമായും ഉണ്ണിനമ്പൂതിരിയായ അക്കിത്തം പ്രവർത്തിച്ചിട്ടുണ്ട്. എന്നാൽ നമ്പൂതിരി നവോത്ഥാനത്തിലെ സജീവമായ ഒരു ഘട്ടത്തിന്റെ പ്രതിനിധിയോ വക്താവോ അല്ല അക്കിത്തം. അക്കിത്തത്തിന്റെ സാമുദായിക കവിതകൾ എത്രയെണ്ണം വരും? പൊന്നാനി സംസ്കാരവുമായി ബന്ധപ്പെട്ട നമ്പൂതിരിമാരിൽ തീവ്രമായ സാമുദായികബോധം അന്നു പ്രബലപ്പെട്ടിരുന്നില്ല. ആർട്ടിസ്റ്റ് നമ്പൂതിരിയൊക്കെ അവിടെ നിന്നാണ് രൂപംകൊള്ളുന്നത്. മതേതരസ്വഭാവം ബാല്യത്തിലേ ഉൾക്കൊള്ളാൻ കഴിയുന്ന യുവതലമുറ അന്നേ സമുദായത്തിൽ രൂപപ്പെട്ടിരുന്നു ഈ ഭാഗങ്ങളിൽ.

പറഞ്ഞുവരുന്നത് ഇതാണ്: അക്കിത്തം അച്യുതൻ നമ്പൂതിരിയെ ഒരു നമ്പൂതിരിക്കവിയായിട്ടല്ല മംഗളോദയവും ചങ്ങമ്പുഴയും അംഗീകരിച്ചത്. ഇടശ്ശേരി വിശേഷിപ്പിച്ച 'തന്റെ ആളുകൾ' പ്രത്യേകം ശ്രദ്ധിക്കണം. കൃത്യമായ അർത്ഥത്തിൽ പ്രസാധകൻ മാത്രമായിരുന്നു എ.കെ.ടി.കെ.എം. വൈക്കം മുഹമ്മദ് ബഷീർ കസേര വലിച്ചിട്ടിരുന്ന്, കുട മേശപ്പുറത്തുവച്ച് തന്റെ പുസ്തകത്തിനു വില പറഞ്ഞ എ.കെ.ടി.കെ.എം അനുഭവത്തെക്കുറിച്ച് എഴുതിയിട്ടുണ്ട്. നമ്പൂതിരിപ്പാട് എന്തിനാണ് അക്കിത്തത്തിന്റെ കവിതകൾ മുണ്ടശ്ശേരിയെയും

ചങ്ങമ്പുഴയെയും വിലയിരുത്തലിനായി ക്ഷണിച്ചത്? നമ്പൂതിരി സാഹിത്യം അച്ചടിച്ചു പ്രസിദ്ധീകരിക്കാൻ മാത്രമുള്ള പ്രസാധനശാല യായിരുന്നില്ല മംഗളോദയം. ഒരു കവിയുടെ പിറവി അവർ ഉറപ്പിച്ചിരി ക്കണം.

അമ്പതുകൊല്ലമായി മലയാള കവിതയിൽ അക്കിത്തമുണ്ട്. ഇപ്പോൾ അധികം എഴുതുന്നില്ലെങ്കിലും കാവ്യകുതുകികൾക്കു സമാദരണീയ വ്യക്തിത്വമായി അദ്ദേഹം നിലകൊള്ളുന്നു. മലയാള കവിതയുടെ ചരിത്രമെഴുത്തിൽ ഒരു നിലയ്ക്കും ഈ കവിയെ ഉപേക്ഷിക്കുകവയ്യ. എത്ര ചേറിക്കൊഴിച്ചാലും അരിച്ചെടുത്താലും ഊറ്റിയെടുത്താലും അക്കിത്തം അവശേഷിക്കും. കാലത്തെ അതിജീ വിക്കുന്ന കവിതകൾ അദ്ദേഹം എഴുതി. മഹാകവി അക്കിത്തം എന്നാണ് അദ്ദേഹത്തിനുള്ള മറ്റൊരു വിശേഷണം. മഹത്തായ കവി തകൾ എഴുതിയിട്ടുള്ള കവി എന്ന അർത്ഥത്തിൽ ഇതു കൃത്യവു മാണ്. 'ഇടിഞ്ഞുപൊളിഞ്ഞ ലോകം' എന്നൊരു ബിംബത്തിൽ മാത്രം ഈ കവി നിലനില്ക്കും.

ഇരുപതാം നൂറ്റാണ്ടിന്റെ ഇതിഹാസം കുടിയൊഴിക്കലിനെക്കാൾ മഹത്തായ കവിതയാണ്. തനിക്കു വഴങ്ങാത്ത വിഷയം കൈകാര്യം ചെയ്തതിലെ കവിയുടെ അമ്പരപ്പ് കുടിയൊഴിക്കലിൽ വായിക്കാം. ഇരുപതാം നൂറ്റാണ്ടിന്റെ ഇതിഹാസം പ്രവചനശേഷിയുള്ള കാവ്യമാ യിരുന്നു. ഒരു നൂറ്റാണ്ടിന്റെ പകുതിയിൽത്തന്നെ വരുംകാലത്തെ നിർവ്വചിച്ച് എഴുതിയ കവിത. ഒരേസമയം അക്കിത്തം സ്വീകാര്യനാ വുകയും തിരസ്കൃതനാവുകയും ചെയ്ത കാവ്യസംഭവം കൂടിയാണ് ഇരുപതാം നൂറ്റാണ്ടിന്റെ ഇതിഹാസം. പൂരപ്രബന്ധം എന്ന വിശേ ഷണം വരെ ഈ കവിതയ്ക്ക് ചാർത്തിക്കൊടുത്തവരുണ്ട്. കാലം ചെന്നപ്പോൾ അക്കിത്തത്തിന്റെ രാഷ്ട്രീയ നിലപാടിനെക്കുറിച്ചായി തർക്കങ്ങൾ. എന്നും മാനവികതയുടെ കവിയായ അക്കിത്തം തന്റെ നിലപാട് മുമ്പേ കുറിച്ചുവച്ചിട്ടുണ്ട്.

ഓരോ മാതിരി ചായം മുക്കിയ
കീറത്തുണിയുടെ വേദാന്തം

ഈ വരികൾ എഴുതിയ അക്കിത്തത്തെ ഏതു പ്രസ്ഥാനത്തിന്റെ വിശ്വാസസംഹിതയ്ക്കകത്താണ് കള്ളി തിരിച്ച് നിർത്തേണ്ടത്? എങ്ങനെയാണ് അദ്ദേഹത്തെ വിചാരണ ചെയ്യേണ്ടത്?

ഇതെഴുതുന്നയാൾ ഒറ്റത്തവണയേ എം. കൃഷ്ണൻനായരെ കണ്ടിട്ടുള്ളൂ. ശാസ്തമംഗലത്ത് ഒരു ആവശ്യത്തിന്നായി പോകേണ്ടിവന്നപ്പോൾ അദ്ദേഹത്തിന്റെ വസതിയിൽ പോയി. പാലക്കാട് ജില്ലക്കാരനാണെന്നറിഞ്ഞപ്പോൾ അക്കിത്തത്തിന്റെ അടുത്താണോ എന്നായിരുന്നു ചോദ്യം. ദൂരം പറഞ്ഞു. അദ്ദേഹം അക്കിത്തത്തിന്റെ മനഃശുദ്ധിയെക്കുറിച്ച് കുറേസമയം സംസാരിച്ചു. ആ മനഃശുദ്ധി അക്കിത്തത്തിന്റെ കവിതകളിൽ കാണുന്നില്ലേ എന്നു വർത്തമാനത്തിനിടയിൽ ചോദിച്ചു. അതാണ് അക്കിത്തം കവിതയുടെ മഹത്ത്വമായി എം. കൃഷ്ണൻനായർ വിലയിരുത്തിയതും. ഹൃദയത്തിലേക്കു നോക്കി എഴുതൂ എന്നാണ് അക്കിത്തത്തിന്റെ ഒരു പുസ്തകപ്പേരു തന്നെ എന്നു സൂചിപ്പിച്ചപ്പോൾ അദ്ദേഹം പറഞ്ഞു: "അങ്ങനെ ചെയ്യാൻ കഴിയുന്ന ഒരാൾക്കേ ഈ പേരിടാൻ തോന്നൂ." യാത്ര പറഞ്ഞിറങ്ങുമ്പോൾ അദ്ദേഹം ഒന്നുകൂടി ഓർമ്മിപ്പിച്ചു: "അക്കിത്തത്തെ കാണുകയാണെങ്കിൽ ഞാൻ അന്വേഷിച്ചതായി പറയണം."

മനുഷ്യൻ എന്ന നിലയ്ക്ക് അക്കിത്തത്തിന്റെ സ്വീകാര്യതയുടെ ഒരു മുഖത്തെക്കുറിച്ച് വ്യക്തമാക്കാനാണ് ഈ അനുഭവം എഴുതിയത്.

അക്കിത്തം കവിതകൾ അനായാസവായനയ്ക്കു വഴങ്ങുന്നതല്ല. അതു തികച്ചും വൈയക്തികവുമല്ല. ഹൃദയത്തിലേക്കു നോക്കി എഴുതൂ എന്ന് അക്കിത്തം പറഞ്ഞതിന്റെ പൊരുൾ എന്താണ്? അദ്ദേഹം അവനവനിലേക്കു നോക്കിയപ്പോൾ തന്നെ മാത്രമല്ല കണ്ടത്. ലോകത്തെ മുഴുവൻ കണ്ടു. അത് ഇടിഞ്ഞുപൊളിഞ്ഞതാണെന്നും അറിഞ്ഞു. അക്കിത്തം എഴുതിയതത്രയും ഇടിഞ്ഞുപൊളിഞ്ഞ ലോകങ്ങളെക്കുറിച്ചായിരുന്നു. ഈയൊരു ലോകത്തെ നോക്കിക്കണ്ട കവിയായിരുന്നു പൂന്താനം. പൂന്താനകാവ്യസർവ്വസ്വസത്ത അക്കിത്തം കവിതയിലും അന്വേഷിക്കേണ്ടതാണ്. ചുറ്റുമുള്ള ലോകത്തെ സൂക്ഷ്മമായി നിരീക്ഷിക്കുകയും വിശദീകരിക്കുകയും ചെയ്തതിന്റെ സാക്ഷ്യങ്ങൾ അക്കിത്തം കവിതകളിലുണ്ട്. സ്നേഹം എന്ന വികാരത്തിൽ അധിഷ്ഠിതമാണ് അക്കിത്തം കവിതകൾ.

അക്കിത്തത്തിന്റെ മുഴുവൻ കവിതകളും സമാഹരിച്ച് പ്രസിദ്ധപ്പെടുത്തിയത് 2002-ലായിരുന്നു. ആയിരത്തിനാനൂറിലധികം താളുകൾ

വരുന്ന ബൃഹദ് സമാഹാരം. അഞ്ഞൂറിനടുത്ത് കവിതകൾ ഈ പുസ്തകത്തിലുണ്ട്. ആറുകൊല്ലത്തിന്റെ ഇടവേളയ്ക്കുശേഷം രണ്ടാം പതിപ്പ് പൂർത്തിയാവുകയാണ്. കവിതയിലെ വ്യത്യസ്തമായ അഭ്യാസ കാലത്തിനിടയ്ക്ക് ഇത്രയും വലിയൊരു പുസ്തകം വീണ്ടും അച്ചടിക്കുന്നു. യാഥാർത്ഥ്യബോധം നിറഞ്ഞുനില്ക്കുന്ന കവിതകൾ സ്വീകരിക്കപ്പെടുന്നു എന്നതിന്റെ ദൃഷ്ടാന്തം കൂടിയാണിത്. ഇന്നത്തെ കാവ്യകാലാവസ്ഥയ്ക്കു യോജിക്കുന്ന കവിയല്ല അക്കിത്തം എന്ന വാദക്കാർക്കുള്ള മറുപടി കൂടിയാണ് ഈ പുസ്തകത്തിന്റെ പുതു പ്പതിപ്പ്. ഇപ്പോൾ മാതൃഭൂമിയും സമ്പൂർണ്ണകൃതികൾ പുറത്തിറക്കി യിട്ടുണ്ട്.

ഔദ്യോഗികമായി ആകാശവാണി കോഴിക്കോട്, തൃശൂർ നിലയങ്ങളിൽ അക്കിത്തം പ്രവൃത്തിയെടുത്തു. അക്കിത്തത്തിന്റെ മികച്ച കവിതകൾ ആകാശവാണിക്കാലത്ത് എഴുതപ്പെട്ടവയുമാണ്.

1956 മുതൽ 1985 വരെയായിരുന്നു അദ്ദേഹത്തിന്റെ ഔദ്യോഗിക ജീവിതകാലം. അക്കിത്തത്തിന്റെ ആത്മകഥയിൽ വലിയൊരു ഭാഗം ആകാശവാണി അനുഭവങ്ങളായിരിക്കും. വിപുലമായ ജീവിതകഥ യുണ്ട് അക്കിത്തത്തിനു പറയാനായിട്ട്. അത് അക്കിത്തം എന്ന വ്യക്തിയുടെ കഥയാവില്ല. ഒരു കാലഘട്ടത്തിനോടൊപ്പം താൻ നട ന്നതിന്റെ അനുഭവമായിരിക്കും ആ ജീവിതകഥ. പക്ഷേ, അക്കിത്തം പറയുന്നു: ആത്മകഥ എഴുതുന്നില്ല. ഗദ്യം അക്കിത്തത്തിനു കരതലാ മലകമാണ്. എന്നിട്ടും അദ്ദേഹം ഒഴിഞ്ഞുനില്ക്കുന്നു. തന്റെ കവിത കളിൽ തന്റെ കഥയുണ്ടെന്നാണ് അക്കിത്തം സ്വയം സാക്ഷ്യപ്പെടു ത്തുന്നത്. ആ നിലയ്ക്ക് ഗദ്യത്തിൽ ആത്മകഥയ്ക്കു പ്രസക്തിയില്ല. അവനവനെ പോഷിപ്പിക്കാൻ മോഹിക്കുന്ന മനസ്സുമല്ല അക്കിത്തത്തി ന്റേത്.

കവിതയ്ക്കു പിന്നിലെ കഥ എന്ന ആശയവുമായി അക്കിത്ത വുമായി സംസാരിച്ചിരുന്നു. നല്ല കവികൾ നല്ല കഥാകൃത്തുക്കൾ കൂടിയായിരിക്കും. നല്ല കഥാകൃത്തുക്കൾ നല്ല കവികളും. വൈലോ പ്പിള്ളിയിലും ഇടശ്ശേരിയിലും ആഖ്യാനപടുവായ കാഥികൻ ഒളി ഞ്ഞിരിപ്പുണ്ടായിരുന്നു. അക്കിത്തത്തിനും കവിതകൾ കഥകളാണ്. ഓർമ്മിക്കാൻ ഇഷ്ടപ്പെടുന്ന ചില കവിതകൾക്കു പിന്നിലെ കഥകൾ അദ്ദേഹം പറയുകയുണ്ടായി. ആ ആത്മഭാഷണം ഇതൾ വിരിഞ്ഞത് ഇങ്ങനെയായിരുന്നു.

അക്കിത്തത്തിന്റെ കവിതകളിൽ ആഖ്യാനത്തിന്റെ അംശങ്ങൾ ധാരാളമുണ്ട്. കവിയുടെ ഉള്ളിൽ സമർത്ഥനായ കഥാകാരനുണ്ട് എന്ന നിരീക്ഷണത്തോടുള്ള നിലപാട് എന്താണ്?

അത് അതിന്റെ സാങ്കേതികവശമാണ്. കഥയും കവിതയും ഒന്നാണെന്നു ഞാൻ വിശ്വസിക്കുന്നു. നാടകീയമാക്കലിലാണ് പ്രാധാന്യം. ഒരു വിഷയത്തെ സ്റ്റേജിൽ കാണുന്ന രീതിയിൽ സമീപിച്ചാൽ കഥ കിട്ടുമെന്ന് ഇടശ്ശേരി പറഞ്ഞിട്ടുണ്ട്. വള്ളത്തോൾ കവിതയെ നാടകീയമാക്കുകയാണല്ലോ ചെയ്തത്. കോട്ടയ്ക്കലിൽവച്ചു നടന്ന ദ്രുത കവിതാമത്സരത്തിൽ അച്ഛനും മകളും സമ്മാനം നേടി. ശകുന്തളയെക്കുറിച്ചാണ് വള്ളത്തോൾ എഴുതിയത്.

ഗുരുപാദരെ കണ്ടു വന്ദിപ്പാൻ എന്നാണ് തുടക്കം. വള്ളത്തോളിനു നാടകീയത നന്നായി വഴങ്ങും. ഗുരുപാദരെ കണ്ടു വന്ദിപ്പാൻ അവസരമറിയാനായി പറഞ്ഞയയ്ക്കുകയാണ്. നാടകത്തിലൊക്കെ ഇങ്ങനെയുള്ള തുടക്കം നന്നായിരിക്കും. ഇങ്ങനെ കവിതയെ നാടകീയമായി കാണുകയാണ്. പറയാനുള്ള ആശയത്തെ നാടകീയമാക്കി മനസ്സിൽ കണ്ടു പ്രയോഗിക്കുന്നു എന്നതാണ് വള്ളത്തോളിന്റെ കാവ്യഗുണം.

ഈ വസ്തുത കുമാരനാശാനിലാണ് കൂടുതൽ കാണുന്നതെന്ന് എനിക്ക് അഭിപ്രായമുണ്ട്?

വള്ളത്തോളിനെ അപേക്ഷിച്ച് ആശാനിൽ ഇതു കുറവാണ് എന്നാണ് എന്റെ പക്ഷം. ആശാൻ കവിതകളിൽ സത്യത്തിനോടുള്ള ദിദൃക്ഷ കൂടുതലാണ്. ആവിഷ്കരിക്കുന്നിടത്ത് വള്ളത്തോൾ മനസ്സു വയ്ക്കുന്നു. ദുഃഖം അനുഭവിച്ച് പിടഞ്ഞുകൊണ്ടിരിക്കുന്ന ആത്മാവിന്റെ ചിത്രമാണ് കുമാരനാശാന്റെ കവിത. 'ഒരു നിശ്ചയമില്ലയൊന്നിനും...' 'തിരിയാലോകരഹസ്യമാർക്കുമേ.' ഇത് ആശാനേ എഴുതാൻ കഴിയൂ. 'നരജീവിതമായ വേദന' എന്ന് ആശാൻ പറഞ്ഞിട്ടുണ്ട്. കാളിദാസനേ മുമ്പ് അങ്ങനെ എഴുതിയിട്ടുള്ളൂ. വേദനയാണ് ജീവിതം എന്ന് ആശാൻ നിരീക്ഷിച്ചതിനെ ചങ്ങമ്പുഴയും അംഗീകരിക്കുന്നുണ്ട്. 'വേദന വേദന ലഹരിപിടിക്കും വേദന' എന്ന് ചങ്ങമ്പുഴ പറയുന്നു.

1947-ൽ അക്കിത്തം എഴുതിയ വളകിലുക്കം എന്ന കവിത ഓർമ്മ വരുന്നു.

> മാമകാത്മാവിൽ പ്രതിധ്വനിച്ചീടുന്നു
> മാദകമേതോ വളകിലുക്കം

ഭൂവിലനാദ്യന്തമായി മുഴങ്ങുന്ന
ജീവിതത്തിന്റെ വളകിലുക്കം
ഓതുന്നിതോരോ കിലുക്കവുമെന്നോടു
വേദനയെന്ന മഹാചരിത്രം.

ഇവിടെയും 'വേദന'യാണ് ജീവിതത്തിന്റെ പൊരുൾ. ആശാനും ചങ്ങമ്പുഴയും സ്വാധീനമായിട്ടുണ്ടോ എഴുത്തിന്റെ തുടക്കത്തിൽ?

അനുകരിക്കരുതെന്ന് ഇടശ്ശേരി മുന്നറിയിപ്പു തന്നിരുന്നു. വേദനയെക്കുറിച്ചു പറഞ്ഞുവല്ലോ. ആ ഭാഗത്തോട് ഒരു ചായ്‌വുണ്ട്. ആനന്ദത്തിനു വേണ്ടിയുള്ള വേദനയാണത്. ആനന്ദമാണ് ഈശ്വരൻ. ആനന്ദമെന്നാൽ നമ്മളെ മറക്കലാണ്. ഈ ആനന്ദം അനുഭവിച്ച കവിയാണ് പൂന്താനം. കുട്ടി മരിച്ചിട്ടും അദ്ദേഹം ജീവിച്ചത് അതുകൊണ്ടാണ്. ശുഭാപ്തിവിശ്വാസിയായ കവിയാണ് ഞാൻ. ഈ ഘടകം എന്റെ കവിതകളിൽ കാണും. വേദനയെ തള്ളിമാറ്റി മുന്നോട്ടുപോകാനുള്ള ബദ്ധപ്പാട് എന്നിലുണ്ട്. അതു കവിതയിലുമുണ്ട് എന്നു ഞാൻ വിശ്വസിക്കുന്നു.

കവിയുടെ ലോകം എന്ന കവിതയിൽ അനുവാചകർ കവിയെ വിചാരണ ചെയ്യുന്നുണ്ടല്ലോ.

കവിത ചുരത്തുവാനല്ലെങ്കിലെന്തിന്നാണാ-
ക്കഴുവേറിയാം ദൈവം സൃഷ്ടിച്ചുവിട്ടു തന്നെ

ഈയൊരു കവിതയിൽ ആത്മവിചാരണ നടക്കുന്നുണ്ടല്ലോ?

1972-ൽ എനിക്കു കേന്ദ്ര സാഹിത്യ അക്കാദമി അവാർഡ് കിട്ടിയപ്പോൾ കുമരനല്ലൂർ ഹൈസ്കൂളിൽവച്ച് സ്വീകരണമുണ്ടായി. സ്വീകരണച്ചടങ്ങിൽ ഒരു കുട്ടി ഈ കവിത വായിച്ചു. വായിച്ചു കേൾക്കെ ഞാൻ കരഞ്ഞു. എന്റെ ഇരുഭാഗത്തുമായി ഇടശ്ശേരിയും വി.ടിയും ഇരിക്കുന്നു. അവർ കണ്ണീർ തുടച്ചു തന്നു. സ്വീകരണത്തിന്റെ വാർത്ത മാതൃഭൂമിയിൽ വന്നു. മദിരാശിയിൽ പോയപ്പോൾ എസ്.കെ.നായരുടെ വീട്ടിൽ താമസിക്കുകയുണ്ടായി. ഈ സ്വീകരണവർത്തമാനം അദ്ദേഹവും വായിച്ചിരുന്നു. അക്കിത്തത്തിന്റെ ജീവിതത്തിലെ ഏറ്റവും വലിയ വിജയമാണ് സ്വന്തം നാട്ടിലെ സ്വീകരണമെന്ന് അദ്ദേഹം പറയുകയുണ്ടായി. ഐക്യരാഷ്ട്രസഭയിൽ ബഹുമാനം കിട്ടിയിട്ടു കാര്യമില്ല. സ്വന്തം നാട്ടിലാണ് അതു കിട്ടേണ്ടതെന്നും എസ്.കെ. നായർ പറഞ്ഞു. അപ്പോഴും എന്റെ കണ്ണു നിറഞ്ഞു. എന്റെ വലിയച്ഛനെ ഓർമ്മവരികയാണ്. ആറ് ആൺകുട്ടികളും അഞ്ച് പെൺമക്കളും ഉണ്ടായിരുന്നു. കണ്ണട ഊരി, തറ്റുടുത്ത വസ്ത്രം കൊണ്ട് ഇടയ്ക്കിടയ്ക്ക് കണ്ണുതുടയ്ക്കുക വലിയച്ഛന്റെ ശീലമായിരുന്നു.

വള്ളത്തോളിനെക്കുറിച്ച് സംസാരിച്ച സമയത്ത് ചോദിക്കാൻ വിട്ടു പോയതാണ്. വള്ളത്തോളിനെ കണ്ടിട്ടുണ്ടോ?

ഒളപ്പമണ്ണയുടെ വിവാഹത്തിന് വള്ളത്തോൾ വന്നിരുന്നു. അദ്ദേഹം ഒരു മുറിയിൽ ഒറ്റയ്ക്ക് ഇരിക്കുകയാണ്. ഒ.എം.സി. എന്നെ വിളിച്ചു കൊണ്ടുപോയി പരിചയപ്പെടുത്തി. അക്കിത്തം എന്ന് എഴുതിക്കാണിച്ചു.

ഖവി, ഖവി കവിതകൾ വായിക്കാറുണ്ട്. അദ്ദേഹം പറഞ്ഞു.

മനസ്സിൽ കവിതയ്ക്കു നിമിത്തമാകുന്ന ഘടകങ്ങളെക്കുറിച്ച് അനുഭവത്തിന്റെ പശ്ചാത്തലം വച്ചുകൊണ്ട് പറയാമോ?

1956 കാലം. കോഴിക്കോട് ആകാശവാണിയിലാണ് ജോലി. കുടുംബം കുമരനല്ലൂരിലാണ്. രണ്ടാഴ്ച കൂടുമ്പോൾ വരും. കുറ്റിപ്പുറം വരെ തീവണ്ടിയിൽ. അവിടെനിന്ന് ബസ്സ്. കോഴിക്കോട്ടുനിന്ന് ബസ്സിലാണ് വരുന്നതെങ്കിൽ അങ്ങാടിപ്പുറം, വളാഞ്ചേരി, കുറ്റിപ്പുറം, എടപ്പാൾ, കുമരനല്ലൂർ ഇങ്ങനെ കുറെ സഞ്ചരിക്കണം. ബസ്സിലിരിക്കുമ്പോഴൊക്കെ മനസ്സ് കവിതയിലാവും. ചില വരികൾ മനസ്സിലങ്ങനെ വാർന്നുവീഴും. പോക്കറ്റിലെ കടലാസിൽ ആ വരികൾ കുറിച്ചുവയ്ക്കും. ഇടിഞ്ഞു പൊളിഞ്ഞ ലോകത്തിലെ,

നിന്നെ കൊന്നവർ കൊന്നൂ പൂവേ
തന്നുടെ തന്നുടെ മോക്ഷത്തെ

ഈ വരികൾ ബസ്സിൽവച്ച് തോന്നിയതാണ്. ബസ്സ് അങ്ങാടിപ്പുറത്ത് എത്തിയപ്പോഴാണ് ഇങ്ങനെ രണ്ടു വരികൾ മനസ്സിൽ വന്നത്. അത് എഴുതി വച്ചു. കുമരനല്ലൂരിലെത്തിയ ശേഷം ആ വരികൾ വച്ച് കവിതയ്ക്കായിട്ടങ്ങനെ ഇരിക്കുകയായിരുന്നു.

അച്ഛനിപ്പോളെന്തു ചെയ്കയാണെ-
ന്നമ്മയോടാരായുമെൻ കിടാങ്ങൾ

എന്ന വിചാരവുമായി കോഴിക്കോട് കടൽക്കരയിലിരുന്ന് ഗൃഹാതുരത്വം പേറുന്ന അക്കിത്തത്തിനെയാണ് 'കുമരനല്ലൂരെത്തുമോ' എന്ന കവിതയിൽ കാണുന്നത്.

ചുടുവേർപ്പുതുള്ളി തുടയ്ക്കുവാനെൻ
നിടിലത്തിൽ നിദ്ര പുരട്ടുവാനും
കുതികാലിലെത്തും കുളിർത്ത കാറ്റേ
കുമരനല്ലൂരിൽ ചെന്നെത്തുമോ നീ!

എന്നു ചോദിക്കുന്നും ഉണ്ട്. 'വീടാണു ലോകം വലിയ ലോകം'

എന്ന് ഒളപ്പമണ്ണ എഴുതിയതിനെ സാധൂകരിക്കുന്നതായി ഈ കവിത വായിച്ചുകൂടേ? അക്കിത്തത്തിലെ ഗൃഹാതുര കവിയെ വ്യവച്ഛേദിച്ചറിയാൻ 'കുമരനല്ലൂരെത്തുമോ' എന്ന കവിത സഹായിക്കും എന്നു തോന്നുന്നു?

കോഴിക്കോട് ആകാശവാണിയിൽ ജോലി ചെയ്യുന്ന കാലം. ചില ദിവസങ്ങളിൽ പിടിപ്പതു പണിയുണ്ടാകും. രാത്രി പന്ത്രണ്ടുമണി കഴിഞ്ഞിട്ടൊക്കെയേ ഇറങ്ങാൻ പറ്റൂ. പുറത്തുനിന്നാണ് ഭക്ഷണമൊക്കെ. ചിലപ്പോൾ കഴിക്കുകയുമില്ല. ചിലപ്പോൾ കടപ്പുറത്തു പോയി നില്ക്കും. കടൽക്കാറ്റിന്റെ സുഖം അനുഭവിക്കും. അപ്പോൾ വീട്ടിലെ വിചാരമായി. ഭാര്യയെയും മക്കളെയും കുറിച്ച് ആലോചിക്കും. ഈ അനുഭവമാണ് കുമരനല്ലൂരെത്തുമോ എന്ന കവിത. ഗൃഹാതുരത്വമാണെന്നു പറയാം.

വീട്ടിലേയ്ക്കല്ലോ വിളിക്കുന്നു തുമ്പിയും
കാട്ടുകിളിയും കടത്തുവള്ളങ്ങളും
വീട്ടിൽനിന്നല്ലോയിറങ്ങി നടക്കുന്നു
തോറ്റവും ചിങ്ങനിലാവും കരച്ചിലും

എന്ന് ഡി. വിനയചന്ദ്രൻ എഴുതിയിട്ടുണ്ട്. വീട്ടിലെത്താനുള്ള മോഹം അക്കിത്തത്തിനെ വല്ലാതെ അലട്ടിയിരുന്നുവോ? കവിതയെഴുതാൻ യോജിച്ച സ്ഥലം വീടായിരുന്നുവോ?

അങ്ങനെയും പറയാം. കോഴിക്കോട്ടു നിന്ന് വീണു കിട്ടിയ ആശയങ്ങൾ കവിതയാവുന്നത് കുമരനല്ലൂരിൽ വച്ചാണ്. എത്ര ബുദ്ധിമുട്ടിയാലും ആഴ്ചയിലൊരിക്കൽ വീട്ടിൽ വന്നു പോവണം എന്നായി. കക്കാടും ഞാനും ഒരേ വീട്ടിൽ താമസിക്കുന്ന കാലം. ഞങ്ങൾ രണ്ടാളല്ല. റേഡിയോ സ്റ്റേഷനിലെ പ്രോഗ്രാം എക്സിക്യൂട്ടീവിന്റെ കാറിൽ ഞങ്ങൾ യാത്ര ചെയ്യാറുണ്ട്. എ.പി.പി. നമ്പൂതിരിയുടെ കാറിൽ കുമരനല്ലൂർക്ക് ഒരു യാത്രയുണ്ടായി. മകൻ നാരായണനെ കൊണ്ടുപോകാനാണ്. കക്കാടും ഉണ്ട്. കുമരനല്ലൂരിലെ റോഡൊക്കെ മോശമായിരുന്നു. ഞങ്ങൾ രാത്രിയാണ് എത്തിയത്. പടിഞ്ഞാറങ്ങാടി വഴിയൊക്കെ ചുറ്റി വളയേണ്ടി വന്നു. അസ്സൽ മഴ. കുണ്ടും കുഴിയുമുള്ള വഴി. വീട്ടിലേക്കുള്ള വഴി തെറ്റി. വേറെ എങ്ങോട്ടോ തിരിഞ്ഞു പോയി. ഒരു സ്ഥലത്തു ചെന്ന് വണ്ടി നിന്നു. മുന്നോട്ടു പോകാൻ വയ്യ. വെള്ളം കുത്തിയൊലിക്കുകയാണ്. നല്ല ഇരുട്ട്. കാർ മുന്നോട്ടോ പിന്നോട്ടോ എടുക്കാനും നിവൃത്തിയില്ല. എ.പി.പി. ഇതൊന്നും അറിയേണ്ട എന്ന് കക്കാട് പറഞ്ഞു. എന്തു ചെയ്യണം. എവിടെയാണ് ചെന്നെത്തിനില്ക്കുന്നത്? കുറച്ചകലെ മൂട്ടവിളക്കിന്റെ

പ്രകാശം കണ്ടു. ഒരു കുടയിൽ കക്കാടും ഞാനും അവിടേക്കു നടന്നു. നനഞ്ഞൊലിക്കുകയാണ്. ചെന്നു കയറിയപ്പോൾ ഒരാൾ മൂടിപ്പുതച്ച ങ്ങനെ നില്ക്കുകയാണ്. ആളെ അറിഞ്ഞു. വാങ്കോടത്ത് നാരായണ മേനോന്റെ വീടാണ്. തേർഡ് ഫോമിൽ ഞങ്ങൾ ഒരുമിച്ചു പഠിച്ചിട്ടുണ്ട്. ഇംഗ്ലീഷ് ഡിക്ഷ്ണറി കാണാപ്പാഠം പഠിക്കലായിരുന്നു വിനോദം.

എന്താട് കഥ? നാരായണമേനോൻ ചോദിച്ചു. ഞങ്ങൾ വിവരങ്ങൾ പറഞ്ഞു. അദ്ദേഹം ടോർച്ചും മറ്റും എടുത്ത് അടുത്തുള്ള ഹരിജനങ്ങ ളെയൊക്കെ ഉണർത്തി. അവരുടെ സഹായത്തോടെ കാറ് തള്ളി ക്കയറ്റി. മൂന്നു മണിക്കൂറോളം പോയി. രാത്രി ഒരു മണി കഴിഞ്ഞു ഇല്ലത്തെത്താൻ. രാവിലെ പോരുകയും വേണം.

ഈ ഗൃഹാതുരത്വം മടുപ്പിക്കുന്ന അവസ്ഥയിലെത്തുന്നതിന്റെ സൂചനയല്ലേ 'അടുത്തൂൺ' എന്ന കവിത? നഗരം ചോദിക്കുന്ന രീതിയിലാണല്ലോ കവിതയുടെ തുടക്കം.

അടുത്തൂൺ പറ്റി സ്വന്തം ഗ്രാമത്തിലൊരുമാസം
മടുപ്പൻ വൈചിത്ര്യരാഹിത്യത്തിലുയിർത്തോനേ.

എന്ന ചോദ്യത്തിനു

മുറ്റത്തു വർഷംതോറും വിടർന്നു വാടാറുള്ള
മുക്കുറ്റിപ്പൂവിന്നിതളെത്രയെന്നറിയാതെ
അമ്പത്തൊമ്പതുവർഷം കടന്നുപോയെന്നുള്ളൊ-
രമ്പരപ്പാണീ മുഹൂർത്തത്തിലെന്നന്തർഭാവം
പറവൂ നിസ്സന്ദേഹമിന്നു ഞാൻ മുക്കുറ്റിപ്പൂ
കരളിൽത്തുടുപ്പോലുമഞ്ചിതളുകളത്രേ.

എന്നാണ് മറുപടി. 'മടുത്തില്ലയോ നിനക്കേകതാനത' എന്ന ചോദ്യ ത്തിന് 'മുറ്റത്തെ നിലപ്പനപ്പൂവിനാറിതളത്രേ!' എന്നാണ് സമാധാ നപ്പെടൽ. ഒടുവിൽ ഗൃഹാതുരത്വം ഭാരമായി വന്നുവോ?

ഈ കവിത ആകാശവാണിയിൽനിന്ന് പിരിഞ്ഞപ്പോൾ എഴുതിയ താണ്. നഗരവും നാടും തമ്മിലുള്ള അന്തരം ഇതിൽ വിഷയമാണ്. ഗ്രാമത്തിലിരിക്കുമ്പോൾ ഗ്രാമജീവിതം വരും. മുക്കുറ്റിക്ക് അഞ്ചിതൾ, നിലപ്പനയ്ക്ക് നാലിതൾ എന്നു വേർതിരിച്ചറിഞ്ഞ കാലം. ഗ്രാമീണത യുടെ ഉള്ളിലേക്കിറങ്ങുന്നത് അപ്പോഴാണ്. നിസ്സാരതയ്ക്കകത്തും അറിവുകൾ കിടക്കുന്നു എന്നതും ഈ കവിതയുടെ പൊരുളാണ്. കെ.പി. ശങ്കരൻ നല്ല അഭിപ്രായം പറയുകയുണ്ടായി ഈ കവിത യെപ്പറ്റി.

ഗ്രാമത്തെ മുത്തശ്ശിയായും നഗരത്തെ ആധുനികവനിതയായും സങ്കല്പിച്ച് സംഭാഷണരൂപത്തിൽ എഴുതിയ ഗ്രാമലക്ഷ്മിയിൽ ഗ്രാമസൗഭാഗ്യങ്ങളെ ന്യായീകരിക്കുന്നുണ്ടല്ലോ?

നാട്ടിലും നഗരത്തിലും ജീവിച്ചതിന്റെ അനുഭവപശ്ചാത്തലമുണ്ടല്ലോ. അതു വച്ച് എഴുതിയതാണ്.

പട്ടണമെന്നെക്കളിയാക്കീ: "പ-
ല്ലൊട്ടുക്കെവിടെപ്പോയമ്മേ?"
തൊണ്ണും കാട്ടിപ്പുഞ്ചിരിപെയ്തേൻ
"തൊള്ള പൊളിക്കാതിരി, പെണ്ണേ
തല്ലിച്ചോർത്താനിട വന്നീല, വ
തനിയേ പോയി വഴിപോലെ"

ഇങ്ങനെ സംഭാഷണരൂപത്തിലങ്ങനെ എഴുതിപ്പോയതാണ്.

അക്കിത്തത്തിന് കുമരനല്ലൂർ ദേശം ഒരു വികാരമാണെന്നർത്ഥം അല്ലേ?

ഈ നാട് എനിക്ക് പ്രിയപ്പെട്ടതാണ്.

ഉണ്ണിനമ്പൂതിരി മാസികയുടെ പ്രസാധകനായിട്ടുണ്ടല്ലോ. യോഗക്ഷേമസഭയുമായി ബന്ധപ്പെട്ട് പ്രവർത്തിച്ചിട്ടും ഉണ്ട്. വി.ടി., എം.പി., എം.ആർ.ബി. എന്നിവരുമൊക്കെയായി നല്ല അടുപ്പത്തിലുമായിരുന്നു അക്കിത്തം. വി.ടി.യെക്കുറിച്ച് ധാരാളം എഴുതിയിട്ടുണ്ട്. അനുസ്മരണ ലേഖനങ്ങൾ. അഗ്നിഹോത്രിയും വി.ടിയും എന്ന കവിതയുമുണ്ടല്ലോ. അക്കിത്തത്തിന്റെ അമ്മാത്ത് കൊടുമുണ്ടയാണെന്ന വസ്തുതയൊക്കെ ഈ കവിതയിൽ വരുന്നുണ്ട്. അല്ലേ?

വി.ടിയെപ്പറ്റി ഇനിയും എഴുതാം. അഗ്നിഹോത്രിയുടെ വളഞ്ഞുതിരിഞ്ഞ ബന്ധമുണ്ട് വി.ടിയ്ക്ക്. വെളുത്ത പട്ടേരിയും കറുത്ത പട്ടേരിയും എന്നൊരു വിഭജനമുണ്ട്. വി.ടി. കറുത്ത പട്ടേരിയായിരുന്നു. അഗ്നിഹോത്രിയുടെ രണ്ടാം ഭാര്യയിലുണ്ടായ കുട്ടികളാണ് വെളുത്ത പട്ടേരിമാർ. വി.ടിയുമായി അടുത്തു പെരുമാറിയ ഒരാളെന്ന നിലയിലുള്ള ഓർമ്മയാണ്.

ലോകയോഗക്ഷേമമന്ത്രമാദ്യം വി.ടി.
പാകിയിരുന്നതിവിടെയാണോ

എന്ന വരിയാണ് ആദ്യം തോന്നിയത്. എം.കൃഷ്ണൻ നായർ ഈ കവിതയെ ശ്ലാഘിച്ചിട്ടുണ്ട്.

പ്രേമ്ജിയെക്കുറിച്ചുള്ള ഓർമ്മകളോ?

വി.ടി. എഴുതിയ 'കരിഞ്ചന്ത' എന്ന നാടകത്തിൽ എനിക്കൊരു വേഷമുണ്ടായിരുന്നു. എം.പിയാണ് (പ്രേമ്ജി) അതു സംവിധാനം ചെയ്തത്. എം.ആർ.ബിയുടെ 'മറക്കുടക്കുള്ളിലെ മഹാനരക'ത്തിലും ഞാൻ അഭിനയിക്കുകയുണ്ടായി. എം.പിയും എം.എസ്. നമ്പൂതിരിയുമായിരുന്നു സംവിധായകർ. 1946-ൽ ഞാൻ കലിമുഴുത്ത് എന്നൊരു നാടകമെഴുതി. അതു ചില തിരുത്തലുകൾ നടത്തി സംവിധാനം ചെയ്തതും എം.പിയാണ്. ഇടശ്ശേരി, കുട്ടിക്കൃഷ്ണമാരാര്, പ്രേമ്ജി - ഇവർ തിരുത്തിയാൽപ്പിന്നെ അതിനപ്പുറം തിരുത്താൻ മറ്റൊരാളുണ്ടായിരുന്നില്ല. എന്റെ 'വളക്കിലുക്കം' എന്ന കവിതയിൽ എം.പി. കൈവച്ചിട്ടുണ്ട്. വാക്ക് സ്ഥാനം മാറ്റുമ്പോൾ കവിതയ്ക്കുണ്ടാകുന്ന ചൈതന്യത്തെക്കുറിച്ച് എന്നെ ബോധ്യപ്പെടുത്തിയത് എം.പിയാണ്. ദ്വിത്വം വേണ്ട സ്ഥലങ്ങൾ തുടങ്ങി കവിതയെ ശാസ്ത്രീയമായി സമീപിക്കാനായിരുന്നു എം.പിക്ക് താത്പര്യം. 1960കളിൽ ഞാൻ പുതിയ പാലം എന്ന സ്ഥലത്താണ് താമസിച്ചിരുന്നത്. കക്കാടും സി. കൃഷ്ണൻനായരും അപ്പുറത്തെ വീടുകളിൽ. ഒരു ഞായറാഴ്ച എം.ആർ.ബിയും കറന്റ് തോമസും കാറിൽ വന്നു. എന്റെ എട്ട് പുസ്തകങ്ങൾ അച്ചടിക്കാൻ കരാറാക്കി. ഈ പുസ്തകങ്ങളുടെ മുഴുവൻ പ്രൂഫും നോക്കിയത് എം.പിയായിരുന്നു. ഒരു ദിവസം അദ്ദേഹം എനിക്ക് ഫോൺ ചെയ്തു... "കവിതകൾ ഇതുവരെ വേണ്ട പോലെ വായിച്ചിരുന്നില്ല. ഇപ്പോൾ ഒരുമിച്ചു വായിച്ചു. സന്തോഷമായി." ഇതു പറയാൻ മാത്രമാണ് എം.പി. വിളിച്ചത്. കുട്ടപ്പൻ എന്ന കോമരം - ഈ കവിതയിൽ

കോവിലിലിലുണ്ടൊരൊരുമ്പെട്ടവൾ; അവൾ
തൂവിടുമെന്നിൽ കാരുണ്യം
എന്നു ധരിച്ചു: കണ്ണു മിഴിച്ചീ-
ലെന്നുടെ നേരെക്കൂത്തിച്ചി

ഈ വരികൾ പ്രസിദ്ധീകരിച്ചു വന്നപ്പോൾ വള്ളി വെട്ടി കൂത്തച്ചി എന്നാക്കിയിരുന്നു. പുസ്തകത്തിൽ അതു കൂത്തിച്ചി എന്നാക്കി മാറ്റിയത് എം.പിയുടെ ശ്രദ്ധയിൽപ്പെട്ടു. എന്റെ തിരുത്തിനെ അദ്ദേഹം അഭിനന്ദിക്കുകയും ചെയ്തു. കവിതയിൽ നിഷ്കർഷകളുടെ ആളായിരുന്നു എം.പി. വാക്കിന്റെ അനുരണനം, സന്ധികാര്യങ്ങൾ എന്നിവയെക്കുറിച്ചൊക്കെ ഉറച്ച ബോധം വേണമെന്നായിരുന്നു പക്ഷം. സ്തോഭമാണ് കവിത എന്നായിരുന്നു ഇടശ്ശേരിയുടെയും മാരാരുടെയും സിദ്ധാന്തം.

എം.പിയും ഈ വിശ്വാസക്കാരനായിരുന്നു. ഈ സ്തോഭം അഭിനയത്തിലും ഉണ്ടായിരുന്നു.

ആശയപരമായി ഒരേ പാതയിൽ സഞ്ചരിച്ചവരാണ് പ്രേമ്ജിയും അക്കിത്തവും. അവസാനകാലത്ത് അക്കിത്തത്തിന്റെ സിദ്ധാന്തങ്ങളുമായി പ്രേമ്ജിക്ക് പൊരുത്തപ്പെടാനായില്ലെന്നു പറഞ്ഞുകേട്ടിട്ടുണ്ട്. ഇതിൽ വാസ്തവം ഉണ്ടോ?

തോന്നുന്നില്ല. I am a stranger in this world എന്നെഴുതിയ ജിബ്രാനെയാണ് എം.പി.യെ കാണുമ്പോൾ എനിക്ക് എപ്പോഴും തോന്നാറുണ്ടായിരുന്നത്. അത്രയ്ക്ക് ആത്മനിഷ്ഠനായിരുന്നു എം.പി. പഴയ കമ്മ്യൂണിസ്റ്റുകാരനായതുകൊണ്ടാണ് എം.പിക്ക് ജീവിതച്ചിട്ട വന്നത്. പഴയ കമ്മ്യൂണിസ്റ്റുകാർ യഥാർത്ഥത്തിൽ ഗാന്ധിയന്മാരായിരുന്നു. അവസാന കാലത്ത് ആഞ്ഞം മാധവൻ നമ്പൂതിരിയുടെ സവിധത്തിൽ വന്നിരുന്ന എം.പി. വിശ്വാസിയായിക്കഴിഞ്ഞിരുന്നു എന്ന് എനിക്കു തോന്നുന്നു.

വെണ്ണക്കല്ലിന്റെ കഥയിൽ അക്കിത്തം ഒരു മിത്ത് തന്നെ സൃഷ്ടിച്ചിട്ടുണ്ടല്ലോ? 'വാടാത്ത താമരയും കെടാത്ത സൂര്യനും' എന്ന കവിതയിലും ഇങ്ങനെയൊരു ശ്രമം കാണാം? അതിനെക്കുറിച്ച്?

ആകാശവാണിയിൽ കലാകാരന്മാരുമാണ് ഉദ്യോഗസ്ഥന്മാർ. കുടുംബം നാട്ടിലാവും. കോഴിക്കോട്ട് ഒറ്റയ്ക്കു താമസം. രാത്രിയായാൽ ഭാര്യയെയും കുട്ടികളെയും കുറിച്ചുള്ള വിചാരങ്ങളാവും. ഒരു ഉത്കണ്ഠ തന്നെ. അങ്ങനെയിരിക്കുമ്പോൾ അതുമായി ബന്ധമുള്ളതും അല്ലാത്തതുമായ ആശയം കവിതയായി വരാം. മിത്തുകളെ മനുഷ്യജീവിതത്തിലേക്ക് ഇറക്കിക്കൊണ്ടു വന്ന് കഥയുണ്ടാക്കുന്ന രീതി എനിക്കിഷ്ടമാണ്. പല പഴഞ്ചൊല്ലുകളെയും ഇങ്ങനെ മിത്താക്കി മാറ്റിയിട്ടുണ്ട്. ഇമേജ് വിപുലപ്പെടുത്തിയാൽ മിത്താവും. അപ്പോൾ ടോട്ടൽ പിക്ച്ചർ ഉണ്ടാവും. ഇമേജുകളുടെ ഡിസൈൻ തന്നെ മിത്ത്. അതുകൊണ്ടാവാം കവിതകളിൽ ചിത്രം വരുന്നത്. എൻ.പി. മുഹമ്മദ് എന്റെ കവിതകളിലെ മിത്തിനെക്കുറിച്ച് എഴുതിയിട്ടുണ്ട്. വാടാത്ത താമരയും കെടാത്ത സൂര്യനും, സൂര്യനും താമരയും തമ്മിലുള്ള സ്നേഹത്തെ സമർത്ഥിക്കുകയാണ്. ഉള്ളൂരിന്റെ ഒരു പുസ്തകം വായിച്ചപ്പോൾ കിട്ടിയ ഇമേജ് വികസിപ്പിച്ചതാണ് ഈ

കവിത. ഉള്ളൂരിന് ഇഷ്ടമായി. വയലറ്റ് മഷിയിൽ, അസ്സൽ കൈപ്പട യിൽ ഉള്ളൂർ എനിക്കെഴുതിയ കത്ത് ഇപ്പോഴും മനസ്സിലുണ്ട്.

ചിത്രത്തെക്കുറിച്ച് പറഞ്ഞുവല്ലോ. അക്കിത്തം മനയിൽ നല്ല ചിത്ര കാരന്മാരുണ്ട്. അക്കിത്തവും ചിത്രം വരച്ചുകൊണ്ട് തുടങ്ങിയ ആളാണ്. ഉള്ളിൽ ഒരു ചിത്രകാരൻ ഉള്ളതുകൊണ്ടല്ലേ കവിതയ്ക്ക് എമ്പാടും ദൃശ്യബോധം ഉണ്ടാകുന്നത്? ചിത്രീകരണത്തിന് എളു പ്പമാണ് മിക്ക അക്കിത്തം കവിതകളും?

കരിക്കട്ട കൊണ്ട് ചുമരിൽ വരച്ചിരുന്ന കാലം, മണലിൽ ചിത്രം വരച്ചിരുന്ന കാലത്തെക്കുറിച്ച് ധാരാളം പറഞ്ഞിട്ടുണ്ട്. ആവർത്തിക്കു ന്നില്ല. ആ സ്വാധീനം കവിതയിൽ വന്നിട്ടുണ്ടാവാം. ഇമേജറികളെ ക്കൊണ്ട് ഡിസൈൻ ഉണ്ടാക്കുമ്പോൾ മിത്തായി മാറുകയാണ്. അതിന്റെ സമഗ്രതയിൽ നോക്കുമ്പോൾ അതൊരു ചിത്രവുമാകുന്നു. നൈമിഷിക ചിത്രങ്ങളെക്കൊണ്ട് കഥയുണ്ടാക്കാം. എൻ.പിയ്ക്കത് കൃത്യമായി മനസ്സിലായിട്ടുണ്ട്. പുരുഷ സൂക്തം ചെറിയ ചെറിയ ഇമേ ജറി കൊണ്ടുണ്ടാക്കിയ വലിയ മിത്താണ്.

ചിത്രകാരന്റെ സ്വാധീനത്തെക്കുറിച്ചു പറഞ്ഞുവല്ലോ. അക്കിത്തവും ആർട്ടിസ്റ്റ് നമ്പൂതിരിയും ഇപ്പോൾ എടപ്പാളും – കുമരനല്ലൂരും – അടുത്താണ് താമസം. നമ്പൂതിരിയിലെ ചിത്രകാരനെ എങ്ങനെ കാണുന്നു?

ഞങ്ങൾ തമ്മിൽ വലിയ അടുപ്പമാണ്. നമ്പൂതിരിയുടെ വരയ്ക്ക് പകരക്കാരനില്ല. ഞാൻ വിദേശത്തൊക്കെ പോയിട്ടുണ്ട്. രേഖാചിത്ര ത്തിൽ നമ്പൂതിരിയെ അതിശയിക്കുന്ന ചിത്രകാരന്റെ ചിത്രങ്ങൾ കണ്ടിട്ടില്ല.

നമ്പൂതിരിയുടെ ചിത്രമെഴുത്തിൽ പൊന്നാനി സംസ്ക്കാരത്തിന്റെ കലാഭദ്രത കാണുന്നതായി തോന്നിയിട്ടില്ലേ?

തീർച്ച. കെ.സി.എസ്. പണിക്കരുടെ ശിഷ്യനാണല്ലോ. ആ വരകളുടെ സൗന്ദര്യത്തെക്കുറിച്ച് ഞാൻ പറയേണ്ടല്ലോ.

പൂമുഖത്ത് ആദിമൂലം വരച്ച ഗാന്ധി ചിത്രമുണ്ടല്ലോ?

ആദിമൂലത്തിന്റെ ചിത്രം ഇഷ്ടമാണ്. അദ്ദേഹം സമ്മാനിച്ചതാണത്.

വിശ്വമാനവികതാസങ്കല്പം

വാടാത്ത താമരയ്ക്ക് എം.പി. ശങ്കുണ്ണിനായരുടെ പഠനമുണ്ടല്ലോ. കളിയച്ഛൻ, കണ്ണീർപ്പാടം, പൂതപ്പാട്ട്, കൊച്ചുതൊമ്മൻ, വിശ്വദർശനം എന്നീ കവിതകൾക്കിടയ്ക്കാണ് വാടാത്ത താമരയ്ക്ക് ശങ്കുണ്ണി നായർ സ്ഥാനം നല്കിയിട്ടുള്ളത്. പി., ജി., ഇടശ്ശേരി, വൈലോപ്പിള്ളി, എൻ.വി. ഇവർക്കിടയിലാണ് അക്കിത്തം സ്ഥാനപ്പെടുന്നത്. മലയാളത്തിലെ എക്കാലത്തെയും മൗലികമായ ഒറ്റക്കവിതാപഠനങ്ങളാണ് ശങ്കുണ്ണിനായർ നടത്തിയിരിക്കുന്നത്. അല്ലേ?

ശങ്കുണ്ണിനായരുടെ പഠനം എന്റെ കവിതയ്ക്കു ലഭിച്ച അംഗീകാരമാണ്. പൗരസ്ത്യ സാഹിത്യ ദർശനങ്ങൾ വച്ചുകൊണ്ടൊക്കെയാണ് പഠനം. 'തിരഞ്ഞെടുത്ത കവിതകളി'ൽ ഈ പഠനം ചേർത്തിട്ടുണ്ട്. ആഴത്തിലുള്ള നിരീക്ഷണമേ ശങ്കുണ്ണിനായർ നടത്തുകയുള്ളൂ; എന്തിനെക്കുറിച്ചായാലും. ഒറ്റക്കവിതാപഠനം എന്ന നിലയ്ക്ക് ഇതിന് പ്രത്യേക പ്രാധാന്യമുണ്ട്.

ഇല്ല വിശേഷം ചിത്തഭ്രമമാ-
ണിയ്യിടെ നമ്മൾക്കല്പാല്പം

എന്നിങ്ങനെയാണ് ഇടിഞ്ഞുപൊളിഞ്ഞ ലോകം അവസാനിക്കുന്നത്. പൂക്കളുടെ ലോകം മാത്രമല്ല മനുഷ്യരുടെ ലോകവും ഈ കവിതയിലെ വിഷയമാണ്. മതിഭ്രമം ബാധിച്ച ഒരു ലോകത്തെ വിചാരണ ചെയ്യുകയല്ലേ അക്കിത്തം ചെയ്തത്?

"നിന്നെക്കൊന്നവർ കൊന്നൂ പൂവേ
തന്നുടെ തന്നുടെ മോക്ഷത്തെ"

എന്നത് ലോകഗതിയെക്കുറിച്ചുള്ള സൂചനയല്ലേ?

ക്ഷേത്രങ്ങൾ ഇടിഞ്ഞുപൊളിഞ്ഞു പോകുന്നതുപോലെയാണ് ലോകം ഇടിഞ്ഞുപൊളിയുന്നത്; തത്ത്വങ്ങളിൽനിന്ന് അകന്നകന്നു

പോകുന്നത്; കെട്ടുറപ്പും ചിട്ടയും നഷ്ടപ്പെട്ട് നിയന്ത്രണാതീതമായി പ്പോകുന്നത്. പൊട്ടിച്ചിതറുകയാണ് സമൂഹം. മനുഷ്യജീവിതം മഹത്ത്വ ത്തിൽനിന്ന് ഇടിഞ്ഞുപൊളിഞ്ഞ് മൃഗീയതയിലേക്ക് അധഃപതിക്കു ന്നുവോ എന്ന ഉത്ക്കണ്ഠയാണ് ഈ കവിതയ്ക്കു വിഷയം. ധാർമ്മിക ബോധമുള്ള മനസ്സിൽനിന്ന് ഇത്തരം ചിന്തകൾ വരാം. മനുഷ്യജീവിത മാണ് ലോകത്തിലെ ശ്രദ്ധേയമായ ഘടകം. സത്യം എന്ന ആദർശ ത്തിന്മേലാണ് മനുഷ്യജീവിതം ശ്രേഷ്ഠമായിത്തീരുന്നത്. സത്യം കൊണ്ട് ശോഭനമായിത്തീരുന്നത് ഭൂമിയാണ് എന്നു വേദത്തിലുണ്ട്. ഒ.എം.സിയുടെ ഋഗ്വേദ വ്യാഖ്യാനത്തിൽ ഇതു വിസ്തരിച്ചതിൽനി ന്നാണ് അതിന്റെ പൊരുൾ ഞാൻ മനസ്സിലാക്കിയത്.

ഇഷ്ടകാമിനി, നിന്റെ കണ്ണിലെ
വശ്യശക്തിയിൽ ഞാനക-
പ്പെട്ടുവോ കുറവന്റെ ചൂടിയിൽ
മൊച്ചപോൽപ്പലവത്സരം
കെട്ടഴിച്ചു തരാതെയിന്നു പി-
രിഞ്ഞുപോവുകയല്ലി നീ
കഷ്ട, മെങ്കിലുമെന്നുമോർക്കുക,
നിന്റെയഭ്യുദയാർത്ഥി ഞാൻ!

'കൗമാരസംയമം' പ്രണയകവിതയായി വായിക്കാം. ലൈംഗികത യുടെ നിയന്ത്രണവുമായി ബന്ധപ്പെട്ട ഒരു പശ്ചാത്തലവും ഈ കവിതയിലുണ്ട്. അക്കിത്തത്തിന്റെ പ്രണയകവിത എന്ന കൗതുകം ബാക്കിയാകുന്നു. 1972-ൽ വന്ന നിമിഷക്ഷേത്രത്തിലാണ് ഈ കവിത കാണുന്നത്? അക്കിത്തം നാല്പത്തിയഞ്ചു വയസ്സി ലൊക്കെ എഴുതിയ കവിതയാകണം?

സംയമത്തിന്റെ അനുഭവകഥയായിട്ടും കൗമാരസംയമം വായിക്കാം. ആകാശവാണിയിലെ ഒരു പ്രണയത്തിന്റെ ഷേഡുള്ള കവിതയാണ്. അതു മാത്രമല്ല, മറ്റു പ്രണയങ്ങളും ഇതിലുണ്ട്. വ്യത്യസ്ത പ്രണയ ക്കാഴ്ചകളുടെ ഏകോപനം എന്നും പറയാം. ആലപ്പുഴയിൽ ഒരു കവി സമ്മേളനത്തിലാണ് ഈ കവിത ആദ്യം വായിക്കുന്നത്.

യൗവനകാലത്ത് ചുമ്മാ ചിരി വരുന്നതിനെക്കുറിച്ച് ദമ്പതിമാരുടെ സംസാരമാണല്ലോ 'ചിരിവരുന്ന കാലം' എന്ന കവിത. ഈ രചന യ്ക്കു പിന്നിലെ കഥ എന്താണ്?

കോഴിക്കോട് താമസിക്കുമ്പോൾ ചാലപ്പുറത്തു പോയിട്ടാണ് ബസ് കയറിയിരുന്നത്. ബസ് സ്റ്റോപ്പിനടുത്ത് പൊതു ടാപ്പുണ്ട്. വെള്ള

മെടുക്കാൻ പുരുഷന്മാരും സ്ത്രീകളും വരും. വെള്ളം പതുക്കെയേ വരൂ. അതിനിടയിൽ അവർ സംസാരിച്ചു നില്ക്കുന്നതു കാണാം. വർത്തമാനത്തിനിടയിൽ കുടം നിറയുന്നത് അറിയില്ല. ഈ നിത്യക്കാഴ്ചയെ കവിതയാക്കിയതാണ് ചിരിവരുന്ന കാലം.

മരത്തോേങ്കോടനായെങ്കിൽ എന്നു മോഹിച്ചുപോകുന്ന അവസ്ഥയാണ് 'മുഖത്തോടുമുഖ'ത്തിൽ കാണുന്നത്. നമ്പൂതിരിക്കലയായ സംഘക്കളി പ്രമേയമായ കവിത. മലയാളത്തിൽ ഒരുപക്ഷേ, ഇങ്ങനെയൊന്ന് ആദ്യത്തേതാവാം.

ഉറ്റുനോക്കായ്കെൻ മുഖത്തു
വിധിതൻ നിസ്സഹായതേ,
ഭവാൻ കേൾക്കില്ലെന്റെ ശബ്ദം;
കാണില്ലെൻ ഭാവഭേദവും

ഏതോ വേദനയുടെ വിഷാദം ഈ കവിതയിലാകെ നിറഞ്ഞുനില്ക്കുന്നതായി തോന്നുന്നു.

ഇട്ടിക്കണ്ടപ്പനായാലും
മരത്തോങ്കോടനാകിലും
സ്വന്തം മുഖത്തെബ്ഭാവങ്ങൾ
നിഷിദ്ധം തന്നെ രണ്ടിനും

എന്നും കവിതയിലുണ്ട്. ഉദ്യോഗത്തിലെ അതൃപ്തിയും ഈ കവിതയിൽനിന്ന് വായിച്ചെടുത്തുകൂടേ?

സംഘക്കളിയുടെ അനുഭവത്തിൽ എഴുതിയ കവിതയാണ്. ഇട്ടിക്കണ്ടപ്പനായി സ്വയം സങ്കല്പിച്ച് എഴുതി. ഒരാൾതന്നെ പലതായി ആടേണ്ടിവരികയാണ് ആകാശവാണിയിൽ. പ്രമോഷൻ കിട്ടാത്തതിന്റെ നിരാശയൊക്കെ അതിൽ വന്നിട്ടുണ്ടാവാം. നിരാശയല്ല വിഷമം. ആകാശവാണിയിൽ ജോലിയുടെ ഭാഗമായി നമുക്ക് ഒട്ടും താത്പര്യമില്ലാത്തവയെക്കുറിച്ചൊക്കെ എഴുതേണ്ടി വരും, വന്നിട്ടുമുണ്ട്.

അക്കിത്തത്തിന്റെ കുടുംബകവിതകളിൽ അതുല്യമാണ് 'കരതലാമലകം.' വേളിയുമായി ബന്ധപ്പെട്ട കവിത ഗൃഹ്ണാമിതേ സൗഭഗത്വായ ഹസ്ത'ത്തിന്റെ തുടർച്ചയായ കവിതകൾ ഒളപ്പമണ്ണയിൽ ശ്രീദേവി അതേ പേരിൽത്തന്നെ കഥാപാത്രമാകുന്നു. നീ തൊടും പൊട്ടിങ്ങനെ വിയർപ്പിൽ കുതിരുമ്പോൾ/ശ്രീദേവി സഹജീവിയായ ഞാനസൂയാലു എന്ന് ഒളപ്പമണ്ണ. അക്കിത്തത്തിന്റെ പത്നിയുടെ പേരും ശ്രീദേവി.

ചാരമാമെന്നെ കർമ്മകാണ്ഡങ്ങളിൽ
ധീരനാക്കുന്നതെന്തൊക്കെയാണെന്നോ
നിന്റെ രൂപവും വർണ്ണവും നാദവും
നിന്റെ പൂഞ്ചായൽ തൂകും സുഗന്ധവും
നിന്നിലെന്നും വിടരുമനാദ്യന്ത-
ധന്യചൈതന്യനവ്യ പ്രഭാതവും
നിൻ തളർച്ചയും നിന്നശ്രുബിന്ദുവും
നിന്റെ നിർമ്മലപ്രാർത്ഥനാഭാവവും

ഇങ്ങനെയാണല്ലോ കരതലാമലകം അവസാനിക്കുന്നത്. 'കണ്ണീർപ്പാട'ത്തിന് വിരുദ്ധമായ കവിത. ഈ ദാമ്പത്യസാഫല്യകവിതയുടെ പിറവി എങ്ങനെയാണ്?

വിവാഹം കഴിഞ്ഞ് വർഷങ്ങൾക്കു ശേഷം എഴുതിയതാണ്. ഉത്തരവാദിത്തബോധം കൂടിവരികയാണ്. ഭർത്താവായി. അച്ഛനായി. പക്ഷേ, കുമരനല്ലൂരിൽ നിത്യവും എത്താൻ കഴിയുന്നില്ല. കുട്ടികളെ നോക്കുന്നതും വളർത്തുന്നതും പത്നിയാണ്. അവരോടൊപ്പം എന്നും കഴിയാൻ സാധിക്കുന്നില്ല. ഈവക വിചാരങ്ങളുടെ ആവിഷ്കാരമാണ് കലതലാമലകം. ഈ കവിത സച്ചിദാനന്ദൻ പരിഭാഷപ്പെടുത്തിയിട്ടുണ്ട്.

വിടർന്നു നില്ക്കുന്ന ഓണപ്പൂവിൽ ഓർമ്മയായ മകളുടെ ആകാരവും സ്വരവും അനുഭവിക്കുന്ന അച്ഛന്റെ ദുഃഖമാണ്, അച്ഛൻ കൃതജ്ഞത പറയുന്നു എന്ന കവിത. മരണം മിഥ്യാഭ്രമം: എന്റെ കൺതുറപ്പിച്ച/മകളേ, കൃതജ്ഞത ചൊൽവു ഞാൻ കണ്ണീരോടെ എന്നു കവിത കഴിയുന്നു. ഈ കവിതയിൽ അക്കിത്തത്തിന്റെ ആത്മദുഃഖം എത്രത്തോളമുണ്ട്?

ആദ്യത്തെ പെൺകുട്ടി പിറന്ന് പതിനാലാം ദിവസം കഴിഞ്ഞു. പിറ്റത്തെക്കൊല്ലം ശ്രാദ്ധദിനം വരുമല്ലോ. അവനവന്റെ കുട്ടിക്കു ശ്രാദ്ധമൂട്ടേണ്ടി വരിക. അപ്പോഴത്തെ അവസ്ഥ എന്തായിരിക്കും? അത് അനുഭവിച്ചിട്ടുണ്ട്. മകളെ മറവുചെയ്ത സ്ഥലത്ത് ഒരു പനിനീർപ്പൂവ് വിരിഞ്ഞുനില്ക്കുന്നു. ആ പൂവിനെ കുട്ടിയായി സങ്കല്പിച്ച് എഴുതിയ കവിതയാണ്. എൻ.വി. വളരെ നന്നായിട്ടുണ്ട് എന്ന് അഭിപ്രായപ്പെടുകയുണ്ടായി.

മുൻപു പറഞ്ഞ വേദന ഈ കവിതയിലുടനീളം കാണുന്നുമുണ്ട്?

അതെ.

അച്ഛന്റെ മൗഢ്യം എന്ന കവിതയും രസകരമാണല്ലോ. ഭിക്ഷക്കാരൻ, അക്കിത്തത്തിന്റെ മകന് പന്തു വാങ്ങാൻ കാശു കൊടുക്കുന്നത്? ഉണ്ടായ സംഭവം തന്നെയാണോ?

അതെ. അന്ന് പുതിയ പാലത്താണ് വാടകവീട്. ഇടയ്ക്ക് പത്നിയും മക്കളും അവിടെ വന്നു താമസിക്കും. ആ ദിവസം മകൻ വാസുദേവനുമുണ്ട്. വാസുദേവന്റെ ഫോട്ടോ എടുക്കാൻ ഫോട്ടോഗ്രാഫർ എത്തിയിട്ടുണ്ട്. വാസുദേവൻ ടീപ്പോയിയിൽ കയറി നില്ക്കുന്ന ഫോട്ടോ എടുത്തു. ഈ നേരത്താണ് ധർമ്മക്കാരന്റെ വരവ്. എന്താ ഉണ്ണീ കളിക്കണത്? ധർമ്മക്കാരൻ ചോദിച്ചു. മകന്റെ കൈയിൽ പന്തുണ്ടായിരുന്നു. നല്ലൊരു പന്തു വാങ്ങാനായി ധർമ്മക്കാരൻ വാസുദേവന് രണ്ടണ കൊടുത്തു. ഞാൻ ധർമ്മം കൊടുക്കാനായി ചെന്നപ്പോൾ മകന്റെ കൈയിൽ രണ്ടണയുണ്ട്. എനിക്കു സങ്കടമായി. അതു തിരിച്ചുകൊടുക്കാൻ പറയുന്നതും നന്നല്ല; വാങ്ങുന്നതും ശരിയല്ല. ആട്ടെ, ഭണ്ഡാരത്തിലിടാം എന്നു തീരുമാനിച്ചു.

‘തിരികെ കൊടുക്കെ’ന്നു കല്പിച്ചാലിരുവരും
കരയും: കുഞ്ഞിൻ പിന്നിൽ നില്പ്പു ഞാൻ മൗഢ്യത്തോടെ

എന്ന ഒടുക്കം, ആ അനിശ്ചിതാവസ്ഥയാണ് കവിതയുടെ ജീവൻ? ഈ സംഭവം കവിതയാക്കണമെന്നു തോന്നി. എഴുതി.

യാദൃച്ഛികസംഭവങ്ങളുടെ കാവ്യാവിഷ്കാരം അക്കിത്തത്തിൽ അധികമാണല്ലോ?

ഒരു ആശയത്തെ, സംഭവത്തെ, കാഴ്ചയെ ഒക്കെ കവിതയാക്കുന്ന ശീലം പണ്ടേയുണ്ട്. അതങ്ങനെ തുടർന്നപ്പോൾ എളുപ്പമായി എന്നു മാത്രം.

കരയുന്ന നെഞ്ചിനെ, ക്കുതറുന്ന നെഞ്ചിനെ-
യൊരു കൈയാൽപ്പൊത്തിപ്പിടിച്ചുകൊണ്ടും
മുറിവേറ്റു ചോരയിൽപ്പിടയും ഭൂഗോളത്തെ
മറുകൈയാൽത്തോളിലെടുത്തുകൊണ്ടും
പരലക്ഷം പകൽകളെ മേയ്ക്കുവാനൊരുതാര-
സ്വരമായ ചൂളംവിളിച്ചുകൊണ്ടും

പോവുന്ന അവൻ ആരാണ്? അവനാര് എന്ന കവിതയിൽ അക്കിത്തത്തിന്റെ മറ്റൊരു കാവ്യവൈഭവമാണു കാണുന്നത്. ഈ കവിതയുടെ പ്രചോദനഹേതു?

'പുരുഷസൂക്ത'ത്തിലെ ഇമേജ് ആധുനികകാലത്ത് ഉണ്ടാക്കാൻ സാധിക്കുമോ എന്ന അന്വേഷണമാണ് ഈ കവിത. അരവിന്ദന്റെ 'സൂപ്പർമാൻ' എന്ന സങ്കല്പം. വിരാട്പുരുഷസങ്കല്പം കൂട്ടി യോജിപ്പിക്കുകയാണുണ്ടായത്. അരവിന്ദനെ വായിച്ചതിന്റെ സ്വാധീനവും ഈ കവിതയുടെ പിറവിക്കു കാരണമായിട്ടുണ്ടാകാം. ആത്മീയവാദവും ഭൗതികവാദവുമൊക്കെ ഈ കവിതയിൽ വരുന്നുണ്ട്. ആത്മീയവാദം ക്ഷമയാണെന്ന് വള്ളിക്കാവിലമ്മ പറഞ്ഞിട്ടുണ്ട്.

അക്കിത്തത്തിന് ഹാസ്യമുണ്ട്. അതു പുറമെ പ്രകടമല്ല. ഉള്ളിൽ അതു ധാരാളമുണ്ട്. വി.കെ.എന്നിന് അക്കിത്തത്തെ ഇഷ്ടമായിരുന്നു. അക്കിത്തത്തിനു തിരിച്ചും. അടയ്ക്കയും കവുങ്ങും പ്രത്യക്ഷത്തിൽ ഹാസ്യകവിതയാണ്.

> അടയ്ക്ക മടിയിൽ വച്ച് ഉറങ്ങിയ കിട്ടുവിനെ
> ഉറങ്ങുന്ന കിട്ടുവിന്റെ മടിക്കുത്തിൽനിന്നുമുള-
> ച്ചുയർന്നു മേല്പുര കുത്തിത്തുളച്ചു പൊന്തി
> കാറ്റത്തുലഞ്ഞാടി നില്പായൊരൊറ്റരാവുകൊണ്ടൊരു
> പാറ്റക്കവുങ്ങി,തെമ്മട്ടിൽ വിശ്വസിക്കേണ്ടൂ!
> കെട്ടിയവളുടെ ചൂലേറ്റുണർന്നു കൺമിഴിച്ചപ്പോൾ
> കിട്ടുവിന്നുണ്ടായ ഖേദമിതായിരുന്നു
> "കുടുങ്ങിയല്ലോ ഞാനമ്മേ! മടിയിലെക്കവുങ്ങിന്റെ
> യടിയിൽനിന്നെന്നെയെമ്മട്ടെടുത്തുമാറ്റും?"

ഇതൊരു പഴമൊഴിയെ അടിസ്ഥാനപ്പെടുത്തി എഴുതിയതാണല്ലോ?

അടയ്ക്കയാണെങ്കിൽ മടിയിൽ വയ്ക്കാം. കവുങ്ങാണെങ്കിൽ പറ്റില്ല എന്നൊരു പഴമൊഴിയുണ്ടല്ലോ. അടയ്ക്ക കവുങ്ങായാലോ? കൂട്ടിച്ചേർത്ത് എഴുതിയതാണ്. ഒരു നിസ്സാരതയിൽ തുടങ്ങി ഫിലോസഫിയിൽ അവസാനിക്കുകയാണ്. ഈ കവിതയെക്കുറിച്ച് പ്രത്യേകമായ ഓർമ്മയുണ്ട്. തൃശൂർ എക്സ്പ്രസ്സിന്റെ വിശേഷാൽപതിപ്പിലാണ് ഈ കവിത വന്നത്. എക്സ്പ്രസ്സിന്റെ എഡിറ്ററായിരുന്ന വി. കരുണാകരൻ നമ്പ്യാർ എന്നെ ഫോണിൽ വിളിച്ചു. കവിതയെക്കുറിച്ച് ഒരു മണിക്കൂറോളം സംസാരിക്കുകയുണ്ടായി.

ജീവിതത്തിലെ സംഭവങ്ങൾക്കും അനുഭവങ്ങൾക്കും അക്കിത്തം കവിതയിലൂടെ അന്വേഷണവും ഉത്തരവും കണ്ടെത്തുന്നുണ്ട്. ഒരു ക്ഷൗരത്തെക്കുറിച്ചും അക്കിത്തം എഴുതിയിട്ടുണ്ട്. പക്ഷിക്കുടുമ.

പഴയ കവിതയാണ്. മാറുന്ന ഫാഷൻ ജീവിതത്തെ എങ്ങനെ അലോസരപ്പെടുത്തുന്നു എന്നതിന്റെ ദൃഷ്ടാന്തം. നില്ക്കാതെ മുമ്പോട്ടു നീങ്ങി/നീയും നിൻ കാലഘട്ടവും എന്ന് കവിതയിൽ പറയുന്നുണ്ട്. ആത്മാനുഭവത്തെ സാമൂഹ്യാനുഭവവുമായി ചേർത്തുവയ്ക്കുമ്പോഴാണ് ദർശനസമ്പന്നമായ കവിതകൾ ഉണ്ടാകുന്നത്. "പക്ഷിക്കുടുമ വച്ചെന്നെ/ശ്ശിക്ഷിക്കേണ്ടായിരുന്നു താൻ" എന്ന് ബാർബറോട് പറയുന്നുണ്ടല്ലോ. പുതിയ കാലവുമായി പൊരുത്തപ്പെടാൻ കഴിയാത്തതിന്റെ ശബ്ദമല്ലേ ആ ചോദ്യം?

അങ്ങനെയൊരു വായനയ്ക്ക് സാധ്യതയുണ്ട്. കോഴിക്കോട്ടുനിന്ന് ഒരിക്കൽ ഉണ്ടായ അനുഭവമാണ്. എഴുതി നോക്കി. ഉദ്ദേശിച്ചതിലും അധികം വന്നു.

വിശ്വമാനവികതാസങ്കല്പം അക്കിത്തത്തിലുണ്ട്. 'അണ്വായുധം' എന്ന കവിത ശക്തിയുള്ളതാണ്. അക്കിത്തത്തിലെ ഇടശ്ശേരി തെളിഞ്ഞുവരുന്ന കവിതയായി അണ്വായുധത്തെ വിലയിരുത്തട്ടെ?

ഹിരോഷിമയിൽ ബോംബ് പൊട്ടിയതിന്റെ വാർത്ത വായിച്ച ഉടനെ എഴുതിയതാണ്. നമ്മുടെ പ്രതികരണത്തിനുള്ള വേദിയാവുകയാണ് കവിത. എഴുതാതെ വയ്യ എന്ന അവസ്ഥ വരുന്ന സന്ദർഭങ്ങളുണ്ട്.

'യുഗപ്രളയത്തിൽ' എന്ന കവിതയിൽ കാട്ടാളനാണല്ലോ ബിംബമായി വരുന്നത്? ഞാനെന്ന ഭാവത്തിൽ ഊന്നിക്കൊണ്ടുള്ള ആഖ്യാനമാണ്. പുതുകാലത്തിന്റെ സംഭ്രമങ്ങളുടെ കവിത കൂടിയാണ് അത്. ഈ കവിതയെ എങ്ങനെ നോക്കിക്കാണുന്നു?

ആകാശവാണിയിൽ വ്യത്യസ്ത ആവശ്യങ്ങൾക്കായി എഴുതുന്ന വരികൾ പിന്നീട് കവിതയാകാറുണ്ട്. പാട്ടുപോലെ എഴുതിയ ഒരു സംഗതി കവിതയായതാണ്. തിരൂരിലെ കവിയരങ്ങ് ആകാശവാണിക്കുവേണ്ടി സംപ്രേഷണം ചെയ്യാൻ വന്നതായിരുന്നു ഞാൻ. ടി.ബിയിലാണ് താമസം. വി.എം. നായരും ബാലാമണിയമ്മയുമുണ്ട്. അക്കിത്തവും കവിത ചൊല്ലണമെന്നായി ബാലാമണിയമ്മ. ആകാശവാണിക്കുവേണ്ടി എഴുതിയ വരികൾ രണ്ടാമത് ആലോചിച്ചെഴുതിയതാണ് യുഗപ്രളയത്തിൽ. ഇത്ര പെട്ടെന്ന് കവിതയുണ്ടാക്കാൻ പറ്റുമോ? ബാലാമണിയമ്മ അദ്ഭുതപ്പെട്ടു. അക്കിത്തം എഴുതിയ ഏറ്റവും നല്ല കവിതകളിലൊന്നാണിത് എന്ന് അഭിനന്ദിക്കുകയുമുണ്ടായി.

തന്റെ പണിപ്പുരയെ കരുവാന്റെ ആലയോട് ഉപമിച്ചിട്ടുണ്ട് ഇടശ്ശേരി. ഇരുമ്പിന്റെ കണ്ണീർ എന്നൊരു കഥാകാവ്യം അക്കിത്തം എഴുതിയിട്ടുണ്ട്.

ഇരുമ്പിലേറെക്കാലം വേല ചെയ്യുകിൽ, പ്പാവ
മിരുമ്പായ്ത്തീരാമെന്നോ മാംസളമനുഷ്യത്വം

എന്നു സന്ദേഹിക്കാവുന്ന ഒരു പശ്ചാത്തലമാണ് കവിതയ്ക്കുള്ളത്. ഈയൊരു തൊഴിൽസംസ്കാരത്തെ, ജീവിതത്തെ, അവരുടെ നിസ്സംഗതയെ ഒക്കെ അക്കിത്തം വൃത്തിയായി അറിഞ്ഞിരിക്കുന്നു. ഈ കവിതയ്ക്കു പിന്നിൽ അനുഭവമുണ്ടെന്നു തീർച്ചയാണ്. എന്താണ് ആ അനുഭവം?

ഒഴിഞ്ഞ പറമ്പിൽ അനിയന്മാർക്കൊപ്പം ബാഡ്മിന്റൺ കളിച്ചിരുന്ന കാലമുണ്ടായിരുന്നു. അതിനടുത്ത് രണ്ടു കരുവാന്മാരുടെയും ആശാരിമാരുടെയും വീടുകളുണ്ട്. സ്വാഭാവികമായും ആ വീടുമായും വീട്ടുകാരുമായും സമ്പർക്കം വരും. അവരുടെ ജീവിതം നിരീക്ഷിക്കും. ആശാരിക്കുട്ടികൾ എന്ന കവിതയും ഇങ്ങനെ ഉണ്ടായതാണ്. ബാഡ്മിന്റൺ കോർട്ടിൽനിന്നുണ്ടായ ആശയങ്ങളാണ് ഈ കവിതകൾക്കു പിന്നിലുള്ള അനുഭവം. ആദ്യബീജം മനസ്സിൽ വന്നത് അവിടെ നിന്നാണ്. കണ്ടറിഞ്ഞ കാര്യങ്ങൾ എഴുതുമ്പോൾ ഉത്സാഹം കൂടും. വേഗത്തിൽ എഴുത്തു കഴിയും.

ജീവാത്മാവിൻ തരളത നീക്കും
പാവനമാമിസ്സൗരഭ്യം
ആ കല്പം നിലനില്ക്കാനല്ലോ
അന്തിത്തിരി നാം വയ്ക്കുന്നു

അന്തിത്തിരിക്കും നാടകീയ സ്വഭാവമുണ്ടല്ലോ. ഒരു സംസ്കാര ഭദ്രതയ്ക്കായുള്ള നിർദ്ദേശം ഈ കവിത നല്കുന്നുമുണ്ട്?

വീടുകളിൽ അന്തിത്തിരി വയ്ക്കുന്നത് നമ്മുടെ സംസ്കാരത്തിന്റെ ഭാഗമാണ്. ഇതിന് അർത്ഥം കണ്ടുപിടിക്കൽ കൂടി ഈ കവിതയുടെ ഭാഗമാണ്. ഒരന്വേഷണം. ദാമ്പത്യഭദ്രതയ്ക്കു കൂടിയാണ് അന്തിത്തിരി വയ്ക്കൽ. ജീവിതഭദ്രതയ്ക്കായിട്ടാണ് അതു കൊളുത്തി വയ്ക്കുന്നതെന്ന് മുത്തശ്ശി പറയുന്നുണ്ട്.

തുളസിത്തറയിൽ അന്തിവിളക്കു വയ്ക്കുന്ന ശീലവും ചിലർക്കുണ്ടല്ലോ. അക്കിത്തത്തിന്റെ അപൂർവ്വ കവിതകളിലൊന്നാണ് തുളസി. “അവയിൽപ്പക്ഷേ പറയത്തക്കോ/രാകർഷകതയുമില്ല” എന്ന വരി

നോക്കൂ. ആകർഷകത എന്ന വാക്ക് മലയാള കവിതയിൽ അപൂർവ്വ പ്രയോഗമാണ്. തുളസിയുടെ ആത്മകഥകൂടിയാണ് ഈ കവിത.

വള്ളത്തോൾ തുളസിയെക്കുറിച്ച് എഴുതിയിട്ടുണ്ട്. അദ്ദേഹം പഴയ മട്ടിലാണ് എഴുതിയത്. പറയാതെ പോയ പലതും ആ കവിതയിലുണ്ട് എന്നു തോന്നി. വള്ളത്തോൾ കാണാത്ത വശത്തെക്കുറിച്ച് അന്വേഷിച്ചു. ഗവേഷണം എന്നുതന്നെ പറയാം. ഉപരിതലസ്പർശിയായ ഒരു വിഷയം കണ്ടാൽ അതിന്റെ ഉള്ളിലേക്കു പോകുന്ന ഒരു സ്വഭാവമുണ്ട്. വെണ്ണിക്കുളം പച്ചക്കിളികൾ എന്ന കവിത എഴുതിയപ്പോൾ അതു മതിയാവാഞ്ഞ് ഞാൻ 'പഞ്ചവർണ്ണക്കിളികൾ' എഴുതി. ഒളപ്പമണ്ണയുടെ 'റബർ വൈഫ്' എന്ന കവിത പ്രസിദ്ധമാണല്ലോ. അതു വായിച്ച പ്രചോദനമാണ് 'മരിച്ചപ്പോൾ' എന്ന കവിത.

പെണ്ണിനെക്കണ്ടുകൂടാത്ത പപ്പേട്ടൻ മരിച്ചപ്പോൾ
കണ്ണുനീരുതിർത്തില്ല ദേശക്കാരാരും തന്നെ

ഇങ്ങനെയാണ് കവിത തുടങ്ങുന്നത്.

ഒളപ്പമണ്ണയുടെ വിവാഹത്തിന് എം.പി. എഴുതിയ മംഗളപത്രത്തിലും റബർ വൈഫ് വിഷയമായി വരുന്നുണ്ടല്ലോ. ഒളപ്പമണ്ണയും എം.പിയും തമ്മിൽ ചെറിയ നീരസത്തിന് ഇടയാക്കിയില്ലേ?

വള്ളത്തോൾ പത്രികയിൽ അതിന്റെ വിശദാംശങ്ങൾ വായിച്ചു. ശ്ലോകം, മറുപടി ശ്ലോകങ്ങൾ അങ്ങനെ.

കണ്ടയും കേട്ടയും രണ്ടായ്
നില്ക്കുന്നു നിന്റെ ഭാഷയിൽ,
എനിക്കു രണ്ടും പര്യായം
അതെന്നദ്വൈത ധീരത

അന്ധനാര് എന്ന കവിതയുടെ സത്തയാണ് ഈ വരികൾ. അന്ധന്റെ നടത്തത്തെ 'കാലിൽ നഖക്കണ്ണുള്ള മാതിരി' എന്നാണ് വിശേഷിപ്പിക്കുന്നത്. ഇതും അക്കിത്തം നേരിലറിഞ്ഞ കവിതകളുടെ ഗണത്തിൽപ്പെടുമെന്നു തോന്നുന്നു?

തൃശൂർ ആകാശവാണിയിൽ ജോലി ചെയ്യുന്ന കാലത്ത് എഴുതിയ കവിതയാണ്. ജനത്തിരക്കിലൂടെ കൂസലില്ലാതെ നടക്കുന്ന അന്ധനായ ഒരാൾ എന്നെ അദ്ഭുതപ്പെടുത്തി. ഈ ധൈര്യം എവിടെനിന്നാണ് കിട്ടിയത്? അന്ധത ധൈര്യം വർദ്ധിപ്പിക്കുന്നു എന്നു തോന്നി. ഗുരുവായൂരപ്പനുമായി ബന്ധിപ്പിച്ച് ഈ കാഴ്ചയെ കവിതയാക്കിയതാണ്.

കാളിദാസവായനയുടെ സത്ത

യാത്ര അക്കിത്തത്തിന് ധാരാളം കവിതകൾ നല്കിയിട്ടുണ്ടാവും?

ഉണ്ട്. ഈ അന്ധന്റെ അനുഭവം വച്ച് അതിൽ മറ്റൊരു കഥാപാത്രത്തെ സൃഷ്ടിച്ച് കവിത എഴുതി. വെളിച്ചം ദുഃഖമാണുണ്ണീ/തമസ്സല്ലോ സുഖപ്രദം എന്ന അനുഭവം അയാൾക്കു യോജിക്കുമല്ലോ.

തെരുവിലെ ഭക്തൻ എന്ന കവിതയും യാത്രയ്ക്കിടയിൽ ലഭിച്ച വിഷയമാണോ? മദ്യംപോലെ കുടിക്കുന്നു ഞാൻ/ ഹൃദ്യം നാരായണനാമം- ഇവിടെ ഭക്തിക്ക് മറ്റൊരു അനുഭവതലം നല്കുന്നുണ്ടല്ലോ?

ഭക്തിയെ സാധാരണീകരിക്കുകയാണു ചെയ്യുന്നത്. മാളികയിലെ ഭക്തനെപ്പറ്റിയല്ല ഇവിടെ എഴുതിയിട്ടുള്ളത്. ജീവിക്കാൻ വിഷമിക്കുന്ന ഒരു ഭക്തന്റെ ചിത്രീകരണമാണത്. എസ്.കെ. വസന്തൻ ഈ കവിതയെക്കുറിച്ച് എഴുതിയിട്ടുണ്ട്.

മാധവിക്കുട്ടി ദീർഘകവിതയാണല്ലോ. കവിതയ്ക്കുള്ളിലെ നീണ്ട കഥ?

കോഴിക്കോട്ടു വച്ച് പി.സിയുമായി വർത്തമാനം പറഞ്ഞിരിക്കുകയാണ്. കുബ്ജയുടെ കൂനുമായി ബന്ധപ്പെട്ട കഥ വർത്തമാനത്തിൽ വന്നു. ഒരു വിഷയത്തെക്കുറിച്ച് ഞാനൊരു കഥ എഴുതാം. താനൊരു കവിത എഴുതണം എന്നായി പി.സി. ഒരാഴ്ച കാത്തിരുന്നു. പി.സി. 'ചട്ടുകാലി' എന്ന കഥയെഴുതി. ഞാൻ 'മാധവിക്കുട്ടി' എന്ന കവിതയും. അത് മാതൃഭൂമിയിൽ പ്രസിദ്ധപ്പെടുത്തി. ചെറുകഥ പദ്യത്തിലായോ എന്ന് എം.വി. ദേവൻ എഴുതിച്ചോദിച്ചു. കവിതയെക്കുറിച്ച് പൊതുവെ നല്ല അഭിപ്രായമാണുണ്ടായത്. വലിയൊരു ദുഃഖത്തിന്റെ വരവാണ്

പ്രമേയം. പോലീസുകാരന്റെ ജീവിതവുമായി ബന്ധമുള്ള കഥയാണ്. സംഘർഷം നിറഞ്ഞുനില്ക്കുന്ന കവിത. അനുഷ്ടുപ്പിലാണ് രചന.

വ്യക്തികളെക്കുറിച്ച് ധാരാളം കവിതകളും ലേഖനങ്ങളും അക്കിത്തം എഴുതിയിട്ടുണ്ട്. ഇതിലും മാനവികതാബോധം കാണുന്നു. അബ്ദുള്ള എന്ന കവിതയ്ക്ക് ആസ്പദമായ സാഹചര്യം തീവണ്ടിയാത്രയാണെന്നു മനസ്സിലാകുന്നു.

കോഴിക്കോട്ടുനിന്ന് തീവണ്ടിയിൽ വരികയാണ്. മുമ്പിലിരിക്കുന്നയാൾ ചോദിച്ചു: അച്യുതൻ നമ്പൂതിരിയല്ലേ? ആളെ ഞാനും തിരിച്ചറിഞ്ഞു. അബ്ദുള്ള. പഴയ സുഹൃത്താണ്. ചാലിശ്ശേരിക്കാരൻ. ഇംഗ്ലീഷിൽ കവിതകൾ എഴുതുമായിരുന്നു. ഞങ്ങൾ പഴയ കാര്യങ്ങൾ സംസാരിച്ചു. ഇരുവർക്കും സന്തോഷമായി. കണ്ടുമുട്ടലിന്റെ ആരംഭം തന്നെ കവിതയായി വന്നു.

"രണ്ടിമ വെട്ടാത്ത കണ്ണാലടിമുടി
രണ്ടുമൂന്നാവർത്തിയെന്നെ നോക്കി
അദ്ഭുതം കൂറീ സഹയാത്രികന്റെ ചു-
"ണ്ട,ച്യുതൻ നമ്പൂരിയല്ലേ നിങ്ങൾ?"

അബ്ദുള്ളയെ കണ്ടുമുട്ടിയതിനെ ജീവിതവുമായി ചേർത്തുവച്ചു. നോക്കിയപ്പോൾ ഒരു കവിതയുണ്ടായി.

അമ്പലപ്പുഴ പാൽപ്പായസം എന്ന കവിത ബാല്യകാലാനുഭവമാണോ?

അമ്പലപ്പുഴ പാൽപ്പായസമെന്നൊ-
രൊമ്പതക്ഷരമൊട്ടും ചിരിക്കാതെ

ചൊല്ലുവാൻ കഴിയുന്നവർക്ക് വെള്ളിച്ചെല്ലം തരാം എന്ന് നെഡ്ഢം നമ്പൂതിരി പറയാറുണ്ടായിരുന്നു. ചിരിക്കാതെ പറയണം എന്ന ഉപാധി വരുമ്പോഴേ ചിരി വരും. ഈയൊരു അനുഭവം കവിതയ്ക്കു പിന്നിലുണ്ട്. അയ്യപ്പന്മാരുടെ ആർപ്പുവിളി എന്ന കവിത തൃശൂർ റൗണ്ടിലെ ഒരു കാഴ്ചയിൽനിന്ന് രൂപപ്പെട്ടതാണ്. ഒരു ഭാഗത്ത് മുദ്രാവാക്യവുമായി ജാഥ. അപ്പുറത്ത് അയ്യപ്പന്മാരുടെ ശരണം വിളിയും. എന്തൊരു വൈരുദ്ധ്യം.

നിരീക്ഷണങ്ങളിലെ വൈരുദ്ധ്യമാണ് ഈ കവിതയ്ക്കു വിഷയമായത് എന്നല്ലേ?

ചേർച്ചയെക്കാൾ കൗതുകമുണ്ടാവും ചിലപ്പോൾ വിഘടനമാകുമ്പോൾ. അരണി എന്ന കവിതയ്ക്കും ഒരു പശ്ചാത്തലമുണ്ട്. കോഴിക്കോട് ആകാശവാണിയിൽ രാത്രി പന്ത്രണ്ടുമണിവരെയൊക്കെ ഇരിക്കേണ്ടി വരും. റെക്കോർഡ് ചെയ്ത ടേപ്പ് ചിലപ്പോൾ പൊട്ടും. അപ്പോൾ അത് ഒട്ടിക്കണം. ആകെ ഉന്മേഷമില്ലാത്ത നേരം. എന്നെ ഉപയോഗിച്ച് ഭഗവാൻ അരണി കടയിപ്പിക്കുകയാണ്. ഭഗവാന് നാലു കൈയുണ്ട്. എനിക്കു രണ്ടു കൈയേയുള്ളു. ഇതാണ് ഈ കവിതയുടെ പശ്ചാത്തലം.

അക്കിത്തത്തിന്റെ അകേരളീയ കവിതകളുമുണ്ടല്ലോ? മുതുകത്ത് വരയില്ലാത്ത അണ്ണാൻ, ഒരു റെഡ് ഇന്ത്യൻ സ്വപ്നം.... അങ്ങനെ?

മുതുകത്ത് വരയില്ലാത്ത അണ്ണാൻ അമേരിക്കയുടെ പശ്ചാത്തലത്തിൽ എഴുതിയ കവിതയാണ്. ടൈലർ എന്ന സ്ഥലത്തുനിന്ന് എം.എസ്.ടി. നമ്പൂതിരിയുടെ വീട്ടിലേക്കു പോവുകയാണ്. നമ്പൂതിരി ഫറൂഖ് കോളേജിൽ അദ്ധ്യാപകനായിരുന്നു. ഇപ്പോൾ അമേരിക്കയിലാണ്. നാല്പതു കൊല്ലമായി. അവിടുത്തെ താമസത്തിനുശേഷം നാസയിലേക്കു പോവുകയാണ്. കാടിന്റെ വക്കത്ത് ഒരിടത്ത് മൂത്രമൊഴിക്കാനായി ഇരുന്നു. ഒരു അണ്ണാനെ കണ്ടു. കൗതുകമായി. മുതുകത്ത് വരയില്ല. ആ ഓർമ്മവച്ച് എഴുതിയ കവിതയാണ്. കവിതയുടെ അന്തരീക്ഷം മറ്റൊന്നാക്കി.

> "ഞങ്ങൾക്കമേരിക്കയിലില്ല, നിങ്ങൾ-
> ക്കെമ്മട്ടിലുണ്ടായ് മുതുകിൽ ത്രിരേഖ?
> രാമേശ്വരത്താഴിയിലുള്ള സേതു
> ബന്ധിച്ച രാമന്റെ വരപ്രസാദം"

എന്ന് ചോദ്യവും മറുപടിയും.

വിഷ്ണു നാരായണൻ നമ്പൂതിരി അമേരിക്കയിൽ പോയപ്പോഴും മുതുകത്ത് വരയില്ലാത്ത അണ്ണാനെ കണ്ടുവത്രെ.

വാഷിങ്ടണിൽനിന്ന് കാനഡയിലേക്കു വിസ കിട്ടണം. വിമാനത്താവളത്തിലെത്താൻ ഒരു മണിക്കൂർ കാറിലിരിക്കണം. അവിടെ കാത്തിരുന്നു. വെയ്റ്റിങ് റൂമിലിരുന്ന് മുറുക്കി. ഒരു സായ്പ്പും മദാമ്മയും മകളും അപ്പുറത്തിരിക്കുന്നുണ്ട്. അവർ എന്നെ ശ്രദ്ധിച്ചു. എന്റെ വേഷം ശ്രദ്ധിച്ചു. ഇന്ത്യക്കാരനാണോ? അവർ ചോദിച്ചു. അതെ എന്നു പറഞ്ഞു. അവരും കാനഡയ്ക്കായിരുന്നു. അവർ റെഡ് ഇന്ത്യൻസായിരുന്നു. ഇന്ത്യയിലേക്കു വരാൻ മോഹിക്കുന്നവർ. അവർ ക്യൂബക്കാരാണ്. ഞാൻ നെരൂദയുടെ കവിത ചൊല്ലി. നെരൂദയെക്കുറിച്ചു പറഞ്ഞു. അവർക്ക് അതൊന്നും അറിയില്ല. കുറെ

കൃഷി ചെയ്യും. കാശുണ്ടാക്കും. രാജ്യം കാണും. അവരുടെ മുത്തച്ഛൻ ഇന്ത്യയെക്കുറിച്ചു പറഞ്ഞുകൊടുത്തിട്ടുണ്ടത്രെ. പൂർവ്വികരെക്കുറിച്ച് അവർ അഭിമാനപൂർവം സംസാരിച്ചു. അഹിംസ, സസ്യഭക്ഷണപ്രിയർ. അവർ ഈശ്വരതുല്യരായിട്ടാണ് ഇന്ത്യക്കാരെ കണക്കാക്കുന്നത്.

'ചിന്തയിൽ അരവണ'യും വിദേശ പശ്ചാത്തലമുള്ള കവിതയാണ്. ഇന്ത്യാനയിൽ പോയ സമയം. ഇവിടെ യാഗമൊക്കെ ചിത്രീകരിച്ച സ്റ്റാൾ വിളിച്ചു. അവിടുത്തെ രണ്ടു കോളേജുകളിൽ പ്രഭാഷണം നടത്താനായിട്ട്. കാലിഫോർണിയയിൽ വച്ചാണ്. കഠിനമായ മൂത്രച്ചൂടു കാരണം യാത്ര മാറ്റിവച്ചു. ഇന്ത്യാനയിലെ ക്ലിനിക്കിൽ വച്ച് ചികിത്സയുണ്ടായി. ഡോ. കെ.ബി. മേനോന്റെ മരുമകൻ ഡോ. ഗോപാലകൃഷ്ണനാണ് ചികിത്സിച്ചത്. മരുന്നു തന്നു. അരമണിക്കൂറിനുള്ളിൽ എല്ലാം മാറി. ഇന്ത്യയിൽ വന്ന് ഈ മരുന്ന് ഉപയോഗിച്ചാൽ ഫലമുണ്ടാവില്ലെന്നു പറഞ്ഞു. കാലാവസ്ഥയ്ക്കനുസരിച്ചാണ് ഔഷധങ്ങൾ ഫലിക്കുക.

ബ്രഹ്മസൂത്രം, ഒരു പൂണൂൽക്കാരന്റെ മനോരാജ്യം എന്നീ കവിതകൾ ചേർത്തു വായിച്ചുകൂടെ? പൂണൂലിന്റെ സാങ്കേതികമായ ആവശ്യകതയെക്കുറിച്ച് ഒളപ്പമണ്ണയും എഴുതിയിട്ടുണ്ടല്ലോ. ഒരു തരം നിരാകരണം ഇവിടെ കാണുന്നുണ്ടല്ലോ?

ആഢ്യത്വത്തിന്റെ അഹങ്കാരമായിട്ടല്ല പൂണൂലിനെ ചിത്രീകരിച്ചിട്ടുള്ളത്.

എന്തിനിപ്പൂണുനൂലിന്നും
ധരിച്ചീടുന്നു പാഴിൽ നീ?
നിനക്കു ഭാരമീബ്ഭൂത-
കാലത്തിൻ കവചം സഖേ!"

കുപ്പായക്കുടുക്കിടാൻ മറന്നതിൽനിന്നുണ്ടായ ചോദ്യമാണത്. "ഊരിത്തരൂ പൂണുനൂലിൽ/മത്തി കോർക്കട്ടെയിന്നു ഞാൻ" എന്നാണ് മറ്റൊരു അപേക്ഷ. "പൂണുനൂലിതഹങ്കാരമുദ്രയല്ലേ?" എന്നാണ് ഒരു പൂണൂൽക്കാരന്റെ മനോരാജ്യത്തിലെ സുഹൃത്തിന്റെ ചോദ്യം. കോഴിക്കോട് ദേശപോഷിണി വായനശാലയ്ക്കു മുന്നിൽ ബസ്സു കാത്തുനിന്ന്, ബസ്സു വന്നു കയറിയപ്പോൾ ഉണ്ടായ വിചാരമാണ് ബ്രഹ്മസൂത്രം എന്ന കവിത.

കരഞ്ഞീലെത്ര ഞാൻ, പൊരിഞ്ഞീലെത്രയെൻ
കരളിൽ വച്ചാരും പുറത്തു കേൾക്കാതെ?

അലക്കുകല്ലിന്റെ കഥയിൽ ആത്മദുഃഖത്തിന്റെ ലാഞ്ഛനയില്ലേ?

തിരുവനന്തപുരം സോമയാഗത്തിന് ഉത്സാഹിച്ചവരിൽ ഞാനും ഉണ്ടായിരുന്നു. യാഗത്തിന് നല്ല ആൾത്തിരക്കായിരുന്നു. ഇതു സംബന്ധിച്ച് ചില അഴിമതിക്കഥകൾ വന്നു. എന്റെ പേരും ഉണ്ടായിരുന്നു. അക്കിത്തത്തെ മാറ്റിനിർത്തണം എന്ന് സി. അച്യുതമേനോൻ എഴുതി. മലയാളനാട്ടിലാണ് ലേഖനം വന്നത്. വിഷ്ണു നാരായണൻ നമ്പൂതിരി വിസ്തരിച്ച് മറുപടിയെഴുതി. അലക്കുകല്ലിന്റെ കഥയുടെ പശ്ചാത്തലമിതാണ്.

'മഹിഷാസുരമർദ്ദിനി' അക്കിത്തത്തിന്റെ ജീവിതത്തിനു വഴിത്തിരിവായ കവിതയാണെന്നു മുമ്പൊരു വർത്തമാനത്തിൽ പറഞ്ഞത് ഓർക്കുന്നു. ആ പശ്ചാത്തലം ഒന്നുകൂടി...

കന്യാകുമാരി ഭഗവതിയെക്കുറിച്ചുള്ള കവിതയാണ്.

സ്വർണ്ണകോടീരവും നാനാ-
രത്നഭൂഷാകലാപവും
കസവോലും പട്ടുടുപ്പിൻ-
ഞൊറിയും പുഷ്പമാല്യവും
ഇരിപ്പപ്പൂമാല തൂങ്ങും
വലത്തെബ്ഭുജനാളവും
ഊരുവിങ്കൽ ചേർത്ത വാമ-
ഹസ്തവും പൂണ്ടുകൊണ്ടവൾ
വിടർന്ന താമരപ്പൂവിൽ-
ക്കാലൂന്നിക്കൊണ്ടനാരതം
മംഗല്യതിലകം ചാർത്തി
നില്പൂ നവവധൂപമം.

തൃശൂരിൽ ഒരു കവിസമ്മേളനത്തിൽ ഈ വരികൾ എത്തിയപ്പോഴേക്കും പി.എ. വാരിയർ കൈയടിച്ചു. നീണ്ട കവിതയാണ്. പിന്നെ നിർത്താത്ത കൈയടി. അഞ്ചുമിനിട്ടോളം. അതു കഴിഞ്ഞാണ് ബാക്കി വായിച്ചത്. സ്റ്റേഷൻ ഡയറക്ടർ പി.വി. കൃഷ്ണമൂർത്തി വന്ന് എന്നെ കെട്ടിപ്പിടിച്ചു. കവിസമ്മേളനം കഴിഞ്ഞതും എൻ.വി. കവിത വാങ്ങി. വൈലോപ്പിള്ളിക്ക് ഇഷ്ടമായി. എന്നെ ആകാശവാണിയിൽ എടുക്കണമെന്ന് ശുപാർശ ചെയ്തു. അങ്ങനെ മഹിഷാസുരമർദ്ദിനി വഴിത്തിരിവായി എന്നു പറയാം.

പണ്ടത്തെ മേശാന്തി'യുടെ പശ്ചാത്തലം ആകാശവാണിയാണെന്ന പുതിയ വ്യാഖ്യാനത്തിന് സാധുതയുണ്ടോ?

കവിത പല നിലയ്ക്കും വായിക്കാമല്ലോ. ആകാശവാണി കാണാൻ വരുന്നവരെല്ലാം ആദ്യം എന്റെ അടുത്തേക്കാണ് വരിക. സമ്മതം തരണം. സമ്മതം വാങ്ങിത്തരണം എന്നൊക്കെപ്പറഞ്ഞ്. മേലധികാരി ഞാനല്ലല്ലോ. ആ നിലയിൽ

എന്റെയല്ലെന്റെയല്ലിക്കൊമ്പനാനകൾ
എന്റെയല്ലീമഹാക്ഷേത്രവും മക്കളേ

എന്ന വരികൾക്ക് ആകാശവാണി പശ്ചാത്തലം കൊടുക്കാം.

'ആകാശവാണി' എന്ന പേരിൽത്തന്നെ ഒരു കവിതയുണ്ടല്ലോ?

കണ്ണൂർനിലയം തുറക്കുന്ന സമയത്ത് എഴുതിയതാണ്. തൃച്ചംബരത്തപ്പനെ കേന്ദ്രീകരിച്ച്.

'ഗുമസ്തൻ ഹോട്ടലിൽ' എന്ന കവിതയിലും ആകാശവാണി ജീവിതകാലം ഉണ്ടല്ലോ? അച്ഛൻ ഹോട്ടലിൽ തൈരു കൂട്ടി ഊണു കഴിക്കുന്നു. കുട്ടികൾ വീട്ടിൽ കഞ്ഞികുടിക്കുന്നു. തൈര്ഗ്ലാസ് തട്ടി തൈരു പോയത് ഭാഗ്യമായി കരുതുന്ന അച്ഛൻ. ഈ അച്ഛൻ അക്കിത്തം തന്നെയല്ലേ? ഇതിലെ ഗുമസ്തനും അക്കിത്തമല്ലേ?

അതെ. കോഴിക്കോട് ഗാന്ധിഗൃഹത്തിൽ താമസിക്കുന്ന കാലത്തുണ്ടായ അനുഭവം തന്നെയാണ്. രണ്ട് അവസ്ഥകളുടെ താരതമ്യം തന്നെ.

മധുവിധു എന്ന കവിതയും ഇതോടൊപ്പം കൂട്ടിവായിക്കാം എന്നു തോന്നുന്നു. അതിലെ കാല്പനികാംശം, തികച്ചും ആത്മനിഷ്ഠം തന്നെയല്ലേ ആ കവിതയും.

അതെ. എന്റെ പല കവിതകളും തമ്മിൽ ചേർത്തു വായിച്ചു നോക്കാവുന്നതാണ്.

പ്രിയാവിരഹദുഃഖത്തി-
ന്നഗ്നിയാൽ ധൂമപാളിയാൽ
നിശ്വാസവായുവാലശ്രു-
ബിന്ദുവാൽക്കാല പൂരുഷൻ
മഴമേഘത്തെ നിർമ്മിച്ചു
പറപ്പിക്കുന്നു ലീലയായ്
ഭാവനാകാശത്തിലൂടെ-
ശ്ശിശു പട്ടത്തെയെന്നപോൽ

സമുന്നത മനുഷ്യാത്മ
രാമഗിര്യാശ്രമങ്ങളിൽ
ഇടതിങ്ങിയ പച്ചപ്പിൽ-
ക്കുടകപ്പാല പൂക്കവേ

ഇങ്ങനെയാണ് നിത്യമേഘം തുടങ്ങുന്നത്. അക്കിത്തത്തിന്റെ മൗലികകവിതകളിലൊന്നായ നിത്യമേഘത്തിൽ കാളിദാസവായനയുടെ സത്ത കാണുന്നുണ്ട്. ഈ കവിതയ്ക്കു പിന്നിലെ കഥ എന്താണ്?

എഴുത്തിൽ ചാരിതാർത്ഥ്യം നല്കിയ കവിതയാണ് നിത്യമേഘം. കോഴിക്കോട് ഗോവിന്ദാപുരത്തുള്ള വാടകവീട്ടിലാണ് ഞാൻ അന്ന് താമസം. എം.ടി. മാതൃഭൂമിയുടെ സഹപത്രാധിപരായിരുന്നു. എൻ.വി. ഇന്ത്യയ്ക്കു പുറത്തുപോയ സമയം. ആഴ്ചപ്പതിപ്പിന്റെ ഭാരം മുഴുവൻ എം.ടിക്കായിരുന്നു. ഒരു ദിവസം വാസു വിളിച്ചു. വരുന്നതിന്റെ പിറ്റേ ലക്കം കാളിദാസജയന്തിപ്പതിപ്പായി ഇറക്കുകയാണ്. ഒരു കവിത വേണം. "മറ്റന്നാൾത്തന്നെ കിട്ടിയാലേ ആ പതിപ്പിൽ കൊടുക്കാൻ കഴിയൂ." ഇത്ര പെട്ടെന്ന് എങ്ങനെ എഴുതും? കാളിദാസകൃതികൾ മുമ്പ് വായിച്ചതാണ്. പോരുന്ന വഴി പുസ്തകശാലയിൽ കയറി. കെ.വി.എം. എഴുതിയ കാളിദാസൻ എന്ന പുസ്തകം കണ്ടു. വാങ്ങി. വായിച്ചു. മാരാരുടെ വ്യാഖ്യാനം ഓർമ്മ വന്നു.

വജ്രം തുളച്ചിരിക്കുന്ന
രത്നങ്ങൾക്കുള്ളിലൂടെ ഞാൻ
കടന്നുപോന്നൂ ഭാഗ്യത്താൽ
വെറും നൂലായിരുന്നു ഞാൻ

എന്ന വരികൾ എഴുതി. തുടർന്നങ്ങോട്ട് കാളിദാസ വിചാരത്താലെന്നോണം വരികൾ വീണുകിട്ടി. പിറ്റേ ദിവസം രാവിലെത്തന്നെ കക്കാടിനെ കാണിച്ചു. കക്കാട് പറഞ്ഞത് എഴുതിയാൽ ആത്മപ്രശംസയാവും. വേണ്ട. കവിത മാതൃഭൂമിയിൽ വന്നു. അത്ഭുതപ്പെടുത്തുന്ന മറ്റൊരു സംഗതിയുണ്ടായി. ആഴ്ചപ്പതിപ്പു വരുന്നതിന്റെ രണ്ടു ദിവസം മുമ്പ് വീടിന്റെ മുമ്പിലൊരു ടാക്സി വന്നു നില്ക്കുന്നു. അന്ന് ദേവഗിരി കോളേജിൽ കാളിദാസജയന്തി ആഘോഷമാണ്. ഒരു വിദ്യാർത്ഥി എന്നെ കൂട്ടിക്കൊണ്ടുപോകാൻ വന്നതാണ്. കാറിന്റെ പിൻസീറ്റിൽ കുട്ടിക്കൃഷ്ണമാരാര്! ഇങ്ങോട്ട് ഇരുന്നോളൂ എന്ന് ക്ഷണിക്കുന്നു. ആഴ്ചപ്പതിപ്പിൽ വരുന്ന കവിത തന്നെയല്ലേ ഇവിടെ വായിക്കാനുദ്ദേശ്യം? മാരാര് ചോദിച്ചു. അതെ. ഞാൻ പറഞ്ഞു. എനിക്ക് ഇതിനപ്പുറം എന്തു പുരസ്കാരം ലഭിക്കാൻ? പ്രസംഗവേദിയിലും മാരാർ എന്നെ അമ്പരപ്പിച്ചു. മാതൃഭൂമിയിൽ വരാൻ പോകുന്ന അക്കിത്തത്തിന്റെ കവിത ശ്രദ്ധിക്കണമെന്ന് ഉദ്ബോധിപ്പിച്ചുകൊണ്ടാണ് അദ്ദേഹം പ്രഭാഷണം അവസാനിപ്പിച്ചത്. ഇങ്ങനെ ആനന്ദം നല്കിയ കവിത കൂടിയാണ് നിത്യമേഘം.

കാലത്തിന്റെ പ്രവചനം

അക്കിത്തം അച്യുതൻ നമ്പൂതിരിയുടെ രചനകലാസൗധത്തിന്റെ നെടുംതൂണാണ് 'ഇരുപതാം നൂറ്റാണ്ടിന്റെ ഇതിഹാസം'. മലയാള കവിതയുടെ മാറുന്ന മുഖമായ ഈ കാവ്യം 1952 ആഗസ്ത് 31ന്റെ മാതൃഭൂമി ആഴ്ചപ്പതിപ്പിലാണ് പ്രസിദ്ധീകരിച്ചു തുടങ്ങിയത്. അക്കിത്തം പ്രവചിക്കുകയും നിർവചിക്കുകയും ചെയ്ത ലോകത്തിന്റെ വിപുലമായ അധാർമികത ഇന്ന് നമുക്ക് ദൃശ്യവും അനുഭവവുമാണ്. ഇരുപതാംനൂറ്റാണ്ടിന്റെ പകുതിയിൽത്തന്നെ ആ നൂറ്റാണ്ടിന്റെ ഭാവിയെക്കുറിച്ച് ഉത്ക്കണ്ഠപ്പെട്ട അക്കിത്തത്തിന് ഇതിഹാസരചനയുടെ ആകസ്മികതയെക്കുറിച്ചും തുടർന്ന് കൃതിക്കുണ്ടായ വരവേല്പിനെപ്പറ്റിയും പറയാൻ ധാരാളമുണ്ടാകുമല്ലോ?

ധാർമ്മികമൂല്യവും അതു മനുഷ്യമനസ്സിലുണ്ടാക്കുന്ന കഥാർസിസും ആണ് ഇരുപതാം നൂറ്റാണ്ടിന്റെ ഇതിഹാസത്തിന്റെ പിറവിക്കു പിന്നിലുള്ള യാഥാർത്ഥ്യം.

'വെളിച്ചം ദുഃഖമാണുണ്ണീ/തമസ്സല്ലോ സുഖപ്രദം' 'നിരുപാധികമാം സ്നേഹം/ബലമായി വരും ക്രമാൽ/ഇതാണഴകിതേ സത്യം/ഇതു ശീലിക്കൽ ധർമവും' തുടങ്ങിയ വരികൾ സഹൃദയന്മാരുടെ ഉള്ളിൽ ആണ്ടു പതിഞ്ഞതുകൊണ്ടാണല്ലോ അത് എപ്പോഴും ഉദ്ധരിച്ചു കാണുന്നത്. പലരും പതിവായി പറയുന്ന വരികൾ ഇനിയുമുണ്ട്. ഞാൻ അനവധി പ്രാവശ്യം മാറ്റിയെഴുതിയ വരികളാണവ. എട്ടൊമ്പതു ശ്ലോകങ്ങളിലെ സത്ത രണ്ടു വരിയിലേക്കു കുറുക്കിയതാണ്. അതുകൊണ്ടു തന്നെ ആ വരികൾക്ക് ഇലക്ട്രിക് ഇഫക്റ്റ് ഉണ്ട് എന്നു കരുതുന്നു. ആളുകളുടെ ഉള്ളിൽ അധികമായി ഇറങ്ങിച്ചെല്ലുവാനും കാരണം ഇതായിരിക്കാം.

കമ്മ്യൂണിസത്തിന്റെ അപചയം ഇതിഹാസത്തിന്റെ മുഖ്യവിഷയവും പ്രമേയവുമാണ്. അക്കിത്തം ഇ.എം.എസ്സിന്റെ സഹയാത്രികനുമായിരുന്നു. പിന്നീട് അക്കിത്തത്തിന്റെ രാഷ്ട്രീയ വീക്ഷണത്തിൽ മാറ്റം വന്നു. ഭൗതികവാദത്തിൽനിന്ന് ആത്മീയവാദത്തിൽ എത്തിനില്ക്കുന്ന അക്കിത്തത്തെക്കുറിച്ച് എന്തു പറയുന്നു?

വിഷയവും പ്രമേയവും അങ്ങനെ ആയിത്തീർന്നതാണ്. എഴുതുമ്പോൾ ആ ഉദ്ദേശ്യമുണ്ടായിരുന്നില്ല. ഇ.എം.എസ്. എന്ന വ്യക്തിയുടെ മനഃശുദ്ധി എന്നും എന്റെ ആരാധ്യവസ്തുവായിരുന്നു. ഭൗതികവാദവും ആത്മീയവാദവും എന്ന വിഭജനത്തെ ഞാൻ അംഗീകരിച്ചിട്ടില്ല. രാഷ്ട്രീയം ഒരിക്കലും എന്റെ മാനുഷികവീക്ഷണങ്ങളിൽ സമ്മർദ്ദം ചെലുത്തിയിട്ടില്ല.

അക്കിത്തവും ഒ.വി. വിജയനും കമ്മ്യൂണിസത്തോട് സ്നേഹവും പ്രതിരോധവും പുലർത്തുന്നവരാണ്. രണ്ടുപേരും 'ഇതിഹാസം' എഴുതിയവരും. ഇവരുടെ നിലപാടുകളെച്ചൊല്ലിയുള്ള ചർച്ചകൾ ഇപ്പോഴും നടക്കുന്നുമുണ്ട്. ഇടക്കാലത്ത് സക്കറിയ അക്കിത്തത്തിന്റെ പുതിയ സംവേദനത്തെപ്പറ്റി പരാമർശിച്ചിരുന്നു. അക്കിത്തമാകട്ടെ മൗനംകൊണ്ട് മറുപടി പറയുന്നു. ഒന്ന് വിശദീകരിക്കാമോ?

ഒ.വി. വിജയന്റെ 'ഇതിഹാസം' വരുന്നതിനെത്രയോ മുമ്പാണ് ഇരുപതാം നൂറ്റാണ്ടിന്റെ ഇതിഹാസം വന്നത്. വിജയന്റേത് നോവലാകയാൽ കൂടുതൽ ശ്രദ്ധിക്കപ്പെട്ടു. കവിതയായിരുന്നെങ്കിൽ സമയം കൂടുതൽ എടുക്കുമായിരുന്നു. സക്കറിയ നല്ലൊരു കഥാകൃത്താണ്. അദ്ദേഹത്തിന്റെ ആദ്യകാല കഥകൾ (പ്രാണിലോകത്തെക്കുറിച്ചുള്ളവ) 'ഡെമോക്രാറ്റി'ൽ കണ്ടപ്പോൾ എനിക്കിഷ്ടപ്പെട്ടു. ഞാനിക്കാര്യം പത്രാധിപർ സി.ജെ. തോമസിനോട് പറഞ്ഞു. അദ്ദേഹം പറഞ്ഞത് "തുടക്കമാണ്; ചെറിയൊരാശയ്ക്കു വകയുണ്ട്; ഇപ്പോൾ ഒന്നും പറഞ്ഞുകൂടാ" എന്നാണ്. പില്ക്കാലത്ത് സക്കറിയയെ ചില വേദികളിൽ കണ്ടു, തൊഴുതു. അത്രതന്നെ. അദ്ദേഹം എന്നെക്കുറിച്ചെഴുതിയ വാക്കുകളെപ്പറ്റിയൊന്നും ഞാനിവിടെ പറയുന്നില്ല. നമ്മുടെ വിഷയം അതല്ലല്ലോ.

ഇരുപതാം നൂറ്റാണ്ടിന്റെ ഇതിഹാസം 'പുതിയൊരു വായനാനുഭവത്തിന്റെ ആരോഗ്യപരമായ ആഘാതമായി സ്വീകരിക്കപ്പെട്ടപ്പോഴും അതിനെ എതിർത്ത എഴുത്തുകാരുമുണ്ടായിരുന്നു.

'ശൃംഗാര കവിതകൾക്കിടയിൽ പൂരപ്രബന്ധത്തിനും നാടൻപാട്ടുകൾക്കിടയിൽ ഭരണിപ്പാട്ടിനും ഉള്ള സ്ഥാനമാണ് രാഷ്ട്രീയ പ്രധാനമായ കവിതകൾക്കിടയിൽ ഈ കൃതിക്കുള്ളതെ'ന്ന് തായാട്ട് ശങ്കരൻ എഴുതിയിട്ടുണ്ട്. ഇത്തരം വിമർശനങ്ങളെ അക്കിത്തം എങ്ങനെ സമീപിക്കുന്നു?

എനിക്ക് കമ്മ്യൂണിസത്തെ എതിർക്കുക എന്ന ഉദ്ദേശ്യമുണ്ടായിരുന്നില്ല എന്ന് മുമ്പ് പറഞ്ഞുവല്ലോ. കവിതയിലെ കഥാപാത്രത്തിന്റെ ഭാവം അതായിത്തീർന്നതാണ്. തായാട്ടിന്റെ ലേഖനം എന്നെ സന്തോഷിപ്പിച്ചിട്ടേ ഉള്ളൂ. അദ്ദേഹം എന്റെ ആത്മസുഹൃത്തായിരുന്നു. വിമർശനത്തിൽ ഞാൻ വികാരാധീനനാവാറില്ല.

മാനവരാശിയുടെ മുഴുവൻ പ്രശ്നങ്ങൾ ഇതിഹാസം എഴുതുന്ന സമയത്ത് മനസ്സിലുണ്ടായിരുന്നുവോ?

കേരളത്തിന്റെ ഒരു ഉദാഹരണം എടുത്തുകാണിച്ച് ലോകത്തെ മുഴുവൻ ബാധിക്കുന്ന പ്രശ്നത്തിനു മറുപടി കണ്ടുപിടിക്കാമോ എന്ന ഒരു അന്വേഷണം ആ കവിതയുടെ പിന്നിൽ കാണാൻ കഴിയും.

കാല്പനികതയിൽനിന്ന് വേറിട്ട അവതരണവും അകാല്പനികമായ കാഴ്ചപ്പാടും ഈ കൃതിയെ വേറിട്ടു നിർത്തുന്നുണ്ട്. അക്കിത്തത്തിന്റെ കാവ്യജീവിതത്തിന്റെയും മലയാള കവിതയുടെയും പുതിയ ദശാസന്ധി ഈ കാവ്യത്തിൽനിന്നു തുടങ്ങുന്നു എന്നു പറഞ്ഞാലോ? ആധുനിക ലോകഗതിയെക്കുറിച്ചുള്ള വിചാര സാധ്യതകൾ അകാല്പനികമായി മാത്രമേ അവതരിപ്പിക്കാൻ കഴിയൂ എന്ന ബോധ്യത്തിൽനിന്നാണോ ഇങ്ങനെയൊരു മാറ്റം സാധ്യമാക്കിയത്?

മുത്തിനെപ്പറ്റി ചിപ്പി എന്തു പറയുന്നു എന്നതല്ലല്ലോ പ്രശ്നം. മുത്താണോ അല്ലയോ? അതു പറയേണ്ടത് രത്നവ്യാപാരികളോ ഉപഭോക്താക്കളോ ഒക്കെയാണ്. പിന്നെ, കാല്പനികത എന്ന സാങ്കേതികപദത്തോട് എനിക്കു താത്പര്യം പോരാ. കാല്പനികതയില്ലാതെ കവിതയില്ല. കവിയുടെ അനുഭൂതി വായനക്കാരിൽ ഒരാൾക്കെങ്കിലും പകർന്നുകിട്ടുന്നുണ്ടോ എന്നതാണ് പ്രശ്നം. കമ്മ്യൂണിക്കേഷന്റെ – സംവേദനത്തിന്റെ-യാണ് പ്രശ്നം. തനിക്ക് അനുഭവിക്കാൻ കഴിയാത്ത

കൃതിയെ ഒരനുവാചകനും പിന്നീട് ഓർക്കില്ല. അത്തരം കൃതികൾ അല്പായുസ്സുകളായിത്തീരുന്നു.

ആർതർ കോയ്സ്ലറുടെ നട്ടുച്ചക്കിരുട്ട് (1940), പാസ്റ്റർനാക്കിന്റെ ഡോ. ഷിവാഗോ (1950) എന്നീ കൃതികളിൽ ഇതിഹാസത്തിനു സമാനമായ ആശയം കാണുന്നുണ്ട്. ഇരുപതാം നൂറ്റാണ്ടിന്റെ ഇതിഹാസത്തിന് പൂർവമാതൃകകളുണ്ടോ?

താങ്കൾ പറഞ്ഞ ഈ പുസ്തകങ്ങൾ ഞാൻ കാണുന്നത് 1956-ൽ കോഴിക്കോട് ആകാശവാണിയിൽ ജോലിക്കാരനായതിനുശേഷമാണ്. എന്റെ ചിന്തയുടെ വഴിയിലൂടെ വേറെ മനുഷ്യരുടെ ചിന്തകളും നടന്നിട്ടുണ്ടെന്നു മനസ്സിലായപ്പോൾ അത്ഭുതപ്പെട്ടു. പൂർവമാതൃക എന്നു പറയാൻ രാമായണവും മഹാഭാരതവും മറ്റുമല്ലാതെ ഒന്നുമില്ല. ഇതിഹാസം ഒരു കൃതിയാവും എന്നുതന്നെ വിചാരിച്ചിട്ടില്ല. ആദ്യത്തെ ശ്ലോകം പെട്ടെന്നു മനസ്സിൽ വന്നു. അതിനെ തുടർന്ന് രണ്ടാമത്തേതും. അവിടെ സംഭവം കഴിഞ്ഞു എന്നു തോന്നി. എങ്കിലും എന്റെ ബാല്യകാലത്തേക്കൊന്നു തിരിഞ്ഞുനോക്കിക്കൂടേ എന്നു മൂന്നാമതു തോന്നി. അങ്ങനെ മൂന്നു ശ്ലോകങ്ങൾ ഒരു ദിവസം. പിറ്റേന്നാണ് ബാല്യകാലസ്മരണകളിലേക്കു മനസ്സ് വ്യാപരിച്ചത്. അതു കുറിച്ചിട്ടപ്പോൾ 'സ്വർഗം' എന്ന ഖണ്ഡിക ഉണ്ടായി. പിന്നീട് മൂന്നും നാലും അഞ്ചും ദിവസങ്ങളിൽ നരകം, പാതാളം, ഭൂമി എന്നീ ഖണ്ഡികകളും എഴുതപ്പെട്ടു. പിന്നീടൊരു പത്തുദിവസങ്ങളിലൂടെ അതിൽ തിരുത്തുകൾ വരുത്തി. കമ്മ്യൂണിസ്റ്റ് സായുധസമരം എന്നു പറയുന്ന കൽക്കത്ത തീസിസ്സിനെപ്പറ്റി കവിതയെഴുതണമെന്ന് എന്റെ സുഹൃത്തുക്കൾ പറയുമായിരുന്നുവെങ്കിലും അതു ചെയ്തുകൂടാ എന്നു വിചാരിച്ച ആളാണ് ഞാൻ. 'നരകം' എന്ന ഖണ്ഡികയിലെ

ഉരുണ്ടതെങ്കിലിബ്ഭൂമി-
കുഴിച്ചാലെത്തിടും ദൃഢം
മറുഭാഗത്തു : വെമ്പീ ഞാ-
നെല്ലാം തിട്ടപ്പെടുത്തുവാൻ

എന്ന ശ്ലോകം എഴുതിയപ്പോഴാണ് ഹൃദയം ചോദിച്ചത്. "ഈ കവിതയ്ക്കും ഒരു മറുപുറമില്ലേ? സായുധ വിപ്ലവം? അതിന്റെ കഥ (ഞാൻ എഴുതരുതെന്നു വിചാരിച്ചത്) എഴുതാതെ ഈ കവിതയുടെ ഭാവശില്പം പൂർണതയിലെത്തുമോ?"

കേരളത്തിന്റെ നവോത്ഥാന ജീവിതഘടനയിൽ വന്ന മാറ്റത്തോടുള്ള പ്രതികരണമായി ഇതിഹാസത്തെ വ്യാഖ്യാനിച്ചുകൂടേ?

കേരളത്തിന്റെ അനുഭവത്തിൽ സ്ഥാലീപുലാകന്യായേന ലോകത്തിന്റെ അനുഭവത്തെ - ഒരു നൂറ്റാണ്ടിന്റെ അനുഭവത്തെ - ചിത്രപ്പെടുത്തുവാനിട വന്നിരിക്കുന്നു എന്ന ബോധത്തിൽനിന്നാണ് 'ഇരുപതാം നൂറ്റാണ്ടിന്റെ ഇതിഹാസം' എന്ന ശീർഷകം ജനിച്ചത്.

അക്കിത്തം കൃതികളുടെ ചർച്ചയിൽ പ്രധാനമായി പരാമർശിക്കേണ്ട ഒന്നാണ് പൊന്നാനിക്കളരി. പൊന്നാനിക്കളരിയുടെ മാനവികതാബോധം ആ സംഘത്തിലെ എഴുത്തുകാരുടെ രചനകളിൽ പ്രതിഫലിക്കുന്നുണ്ട്. സാഹിത്യത്തിലെ പൊന്നാനിപ്പാരമ്പര്യത്തിന്റെ കാതൽ എന്താണ്?

അവർക്കെല്ലാം ഭാരതീയമായ വീക്ഷണമുണ്ടായിരുന്നു. സത്യവും സൗന്ദര്യവും മനുഷ്യജീവിതത്തിൽ പ്രയോജനപ്പെടുന്നത് ധർമമായിട്ടാണ്. ആ ധാരണ പൊന്നാനിക്കളരിയുടെ ആശയ ഐക്യബിന്ദുവാണ്.

ആഗോള മുതലാളിത്തത്തിന്റെ വരവ് കൃത്യമായി പ്രവചന സ്വഭാവത്തിൽ രേഖപ്പെടുത്തിയ കൃതിയാണ് 'ഇതിഹാസം' എന്നു പറഞ്ഞാലോ? ഈ കാലഘട്ടത്തിൽ 'ഇരുപതാം നൂറ്റാണ്ടിന്റെ ഇതിഹാസം' നോക്കിക്കാണുമ്പോഴുള്ള സാംഗത്യത്തെക്കുറിച്ച് കവികേന്ദ്രിതമായ മറുപടി എന്താണ്?

അതിന്റെ സാംഗത്യത്തെക്കുറിച്ച് കവി എന്ന നിലയിൽ ഞാൻ വായനക്കാരോടും ആസ്വാദകരോടും മറുപടി പറയുന്നതിൽ അർത്ഥമില്ല. അതു തീരുമാനിക്കേണ്ടത് ഞാനല്ലല്ലോ.

നമ്പൂതിരി നവോത്ഥാന കാലത്തെ ഓർമ്മകൾ

നമ്പൂതിരി നവോത്ഥാനവുമായി ബന്ധപ്പെട്ട് പ്രവർത്തിച്ചവരിൽ അക്കിത്തവും ഉണ്ട്. അക്കാലത്തെ യുവയോദ്ധാക്കളായ നമ്പൂതിരി കവികൾക്കിടയിൽ അദ്ദേഹത്തിനു സ്ഥാനമുണ്ട്. വി.ടി, എം.പി., എം.ആർ.ബി. എന്നിവരെപ്പോലെ സദാ സജീവ പ്രവർത്തകനായിരുന്നില്ല എങ്കിൽക്കൂടി അവർക്കെല്ലാം പ്രിയപ്പെട്ടയാളായി അക്കിത്തം. വീരവാദം, കരിഞ്ചന്ത, കോവിലിലേയ്ക്ക്, ഉണ്ണിനമ്പൂതിരി തുടങ്ങിയ കവിതകളിലൂടെ അക്കാലത്തെ സമുദായ സ്ഥിതിക്കെതിരെ തുറന്നെഴുത്തു നടത്താൻ അക്കിത്തത്തിനു സാധിച്ചു. നമ്പൂതിരിമാർക്ക് ഇല്ലാതിരുന്ന സാമൂഹ്യബോധത്തെക്കുറിച്ച് തുറന്നെഴുതിയിട്ടുണ്ട്. 1946-ൽ വന്ന 'വീരവാദം' എന്ന സമാഹാരത്തിലെ കവിതകളിൽ സാമുദായിക വിഷയങ്ങളാണ് പ്രമേയമായി വരുന്നത്.

> "കൊടിയ ദുഃഖം പൊറുക്കുമടുക്കള-
> ത്തടവു പുള്ളികളാകുമീ ഞങ്ങളിൽ
> കരുണമൊന്നു സഹതപിച്ചിട്ടവാ-
> നിരുളുമാത്രമുണ്ടിശ്ശിലാഭിത്തിയും
> പകപിടിച്ചൊരിക്കാരാലയത്തിലെ-
> പ്പുകയിൽ ഞങ്ങളെക്കെട്ടിയിട്ടീടുവാൻ
> പറക, ചെയ്തുപോയെന്തുഗ്രപാതകം
> വെറുമബലകൾ ഞങ്ങളാചാരമേ"

'പ്രതികാരദേവത' എന്നൊരു സമാഹാരം അക്കിത്തം ഉപേക്ഷിച്ചതായി കേട്ടിട്ടുണ്ട്. ഒരു കവി ഞാനിങ്ങനെ എഴുതിയിട്ടില്ല എന്ന് മറക്കണമെങ്കിൽ അതിനു പിന്നിൽ പല സംഗതികളും കാണും. സ്വന്തം കവിതകളെ മറക്കുക, ധീരമായ കാവ്യനിലപാടുമാണ്. ഇങ്ങനെയൊരു വേണ്ടെന്നു വയ്ക്കലിന് അക്കിത്തത്തിനെ പ്രേരിപ്പിച്ച ഘടകങ്ങൾ

എന്തൊക്കെയാണ്? "നമ്പൂതിരി സ്ത്രീകൾ സാളഗ്രാമം പൂജിച്ചിട്ട് കാര്യമില്ല, പാടത്തേയ്ക്കിറങ്ങുകയാണ് വേണ്ടത്" തുടങ്ങിയ മാറ്റവുമായി ബന്ധപ്പെട്ട ആഹ്വാനങ്ങൾ ആ കവിതകളിൽ ഉണ്ടായിരുന്നു എന്നും കേട്ടിട്ടുണ്ട്?

ഒന്നാമത്, ആ കവിതകൾ ഉപേക്ഷിക്കാൻ കാരണം കാവ്യാത്മകത കുറവായിരുന്നു എന്നതാണ്. അന്തർജനങ്ങൾക്ക് കൈകൊട്ടിക്കളിക്കാൻ പാകത്തിലുള്ള രചനകളായിരുന്നു. കമ്മ്യൂണിസ്റ്റ് മുദ്രാവാക്യസമാനമായ വരികളായിരുന്നു. ഉപേക്ഷിക്കുകയാണ് വേണ്ടത് എന്നു തോന്നി.

അക്കിത്തത്തിന് ഓർമ്മവച്ച നാളിലെ നമ്പൂതിരി സമുദായഘടനയ്ക്കകത്തെ മാറേണ്ട വ്യവസ്ഥിതികൾ എന്തൊക്കെയായിരുന്നു? അതെല്ലാം കണ്ടു ശീലിച്ചതിന്റെ അനുഭവം പിന്നീട് കവിതയെഴുത്തിന് തുണയായിട്ടുണ്ടോ?

തൊള്ളായിരത്തി മുപ്പതുകൾ എന്നു വയ്ക്കുക. മാറ് മറയ്ക്കാത്ത സ്ത്രീകളുടെ കാലഘട്ടമായിരുന്നു. നമ്പൂതിരിമാരുടെ കൾച്ചർ മാത്രം മാറലായിരുന്നില്ല ആ കാലത്തിന്റെ ലക്ഷ്യം. സവർണ്ണരുടെ കൾച്ചർ തന്നെ മുഴുവനായി മാറുന്നുണ്ട്.

ഈയൊരു മാറ്റത്തിന്റെ ആവശ്യകത തിരിച്ചറിഞ്ഞ ആദ്യത്തെ വ്യക്തി വി.ടി. ഭട്ടതിരിപ്പാടായിരുന്നുവെന്നു പറയാമോ?

യോഗക്ഷേമ സഭ മുൻപും ഉണ്ടായിരുന്നു. നമ്പൂതിരിസമുദായ പരിഷ്കരണത്തിന്റെ പ്രവർത്തനങ്ങൾ സ്ത്രീകളിൽനിന്ന് ആരംഭിക്കണം എന്നാണ് വി.ടി. ബോധ്യപ്പെടുത്തിയത്. അപ്ഫന്മാരിൽനിന്നു തുടങ്ങിയിട്ട് കാര്യമില്ല എന്ന് വി.ടി. തിരിച്ചറിഞ്ഞു. വിപ്ലവം തുടങ്ങേണ്ടത് അന്തർജനങ്ങളിൽ നിന്നാണ് എന്ന ബോധ്യം വി.ടിക്കുണ്ടായിരുന്നു. അന്തർജനസമാജം വി.ടിയുടെ സംഭാവനയായി കണക്കിലെടുക്കേണ്ടതുണ്ട്. കിള്ളിക്കുറിശ്ശിമംഗലത്ത് തുടങ്ങിയ 'തൊഴിൽകേന്ദ്ര'ത്തെ ഇതുമായി ചേർത്ത് ആലോചിക്കണം. അതുപോലെ 'യാചനായാത്രയും'.

സ്വാതന്ത്ര്യസമരകാലഘട്ടവുമായി ബന്ധിപ്പിച്ച് യോഗക്ഷേമസഭയുടെ പ്രവർത്തനങ്ങളെ വിലയിരുത്തിയാലോ? നമ്പൂതിരിമാർ ആ 'കാല'ത്തെ ഉൾക്കൊണ്ടത് എങ്ങനെയാണ്?

ഗാന്ധിജിയുടെ സ്വാതന്ത്ര്യസമരപ്രസ്ഥാനത്തിൽനിന്നാണ് യോഗക്ഷേമസഭ ഉണ്ടാവുന്നത്. വി.ടി. അഹമ്മദബാദ് കോൺഗ്രസ്സ്

സമ്മേളനത്തിനു പോയിട്ടുണ്ട്. ആ യാത്രയിൽനിന്നും പങ്കാളിത്തത്തിൽ നിന്നും കിട്ടിയ വെളിച്ചം വി.ടി. യോഗക്ഷേമസഭയിൽ പ്രതിഫലിപ്പിച്ചു. ഇന്ത്യൻ നാഷണൽ മൂവ്മെന്റ് വി.ടിയെ സ്വാധീനിച്ചിട്ടുണ്ട്. സ്ത്രീ സ്വാതന്ത്ര്യപ്രസ്ഥാനമായിട്ടാണ് യോഗക്ഷേമസഭ രൂപാന്തരപ്പെട്ടത്. രൂപാന്തരപ്പെട്ടത് എന്നു പറഞ്ഞതു മനസ്സിലായല്ലോ. മുൻപ് രൂപപ്പെ ട്ടിട്ടുണ്ട്. ആ അർത്ഥത്തിലാണ് രൂപാന്തരപ്പെട്ടത് എന്നു പറഞ്ഞത്.

എന്തായിരുന്നു അന്ന് നമ്പൂതിരിമാരുടെ രാഷ്ട്രീയം?

എല്ലാ രാഷ്ട്രീയവും ഒന്നായിരുന്നു. സ്വാതന്ത്ര്യം കിട്ടണം എന്ന ഒറ്റ രാഷ്ട്രീയം. ഇ.എം.എസ്. കെ.പി.സി.സി. മെമ്പറായിരുന്നു.

സാമുദായിക പരിഷ്ക്കരണത്തിൽ ഇ.എം.എസ്. നമ്പൂതിരിപ്പാടിന്റെ പങ്കിനെ അക്കിത്തം നോക്കിക്കാണുന്നത് എങ്ങനെയാണ്?

വി.ടിയുടെ പിറകെയാണ് ഇ.എം.എസ്. വരുന്നത്. അദ്ദേഹം യാചനായാത്രയ്ക്ക് എതിരായിരുന്നില്ല. ഇ.എം.എസ്സിന് അത്രയ്ക്ക് പ്രാധാന്യം അന്ന് കൈവന്നിരുന്നതുമില്ല.

'അടുക്കളയിൽനിന്ന് അരങ്ങത്തേയ്ക്ക്' കണ്ടപ്പോൾ ഇ.എം.എസ്. വികാരാധീനനായിട്ടുണ്ടല്ലോ?

സ്റ്റേജിലേക്കു കയറിയിട്ടൊക്കെയുണ്ട്. കർട്ടൻ വലിച്ചിട്ടുണ്ട്. ആവേശം കൊണ്ടിട്ടുണ്ട്.

യോഗക്ഷേമസഭയ്ക്കും ആലസ്യകാലം ഉണ്ടായിരുന്നില്ലേ?

തൊള്ളായിരത്തിമുപ്പത്തിരണ്ടിനും മുപ്പത്തിഎട്ടിനും ഇടയ്ക്ക് യോഗക്ഷേമസഭ ഉറങ്ങിക്കിടക്കുകയായിരുന്നു. സി.കെ. നമ്പൂതിരിയായിരുന്നു സെക്രട്ടറി. അദ്ദേഹം ഇരുപത്തിയെട്ടുകൊല്ലം സെക്രട്ടറിയായി ഇരുന്നിട്ടുണ്ട്. സി.കെ. നമ്പൂതിരിയുടെ ബാഗിനകത്തായിരുന്നു സഭയുടെ കണക്കത്രയും. ആ റെക്കോർഡുകൾ മകൻ ചിത്രഭാനുവിന്റെ കൈയിലുണ്ട്. എം.സി. നമ്പൂതിരിപ്പാടിന്റെ വശവും കുറച്ചു കാര്യങ്ങൾ ഉണ്ട്. യഥാർത്ഥത്തിൽ വി.ടി. ഭട്ടതിരിപ്പാടിന്റെ വശവും കുറച്ചു കാര്യങ്ങൾ ഉണ്ട്. യഥാർത്ഥത്തിൽ വി.ടി. ഭട്ടതിരിപ്പാട് നമ്പൂതിരി സമുദായത്തിനുവേണ്ടി ചെയ്തത് എന്താണ്? അദ്ദേഹത്തിന്റെ കൃതികളിലൂടെ അതെല്ലാം കൃത്യമായി മനസ്സിലാക്കാം.

അക്കിത്തം തന്നെ വി.ടിയെക്കുറിച്ച് എഴുതിയിട്ടുണ്ട്. അതിൽ നിന്നു വേറിട്ട് ഇപ്പോൾ വി.ടി. ഭട്ടതിരിപ്പാടിനെ എങ്ങനെ നോക്കിക്കാണുന്നു?

ശ്രീനാരായണഗുരു ആരംഭിച്ച സാമൂഹ്യ പരിഷ്ക്കാരത്തെ- ഒരു ജാതി, ഒരു മതം, ഒരു ദൈവം മനുഷ്യന്- ഈ സങ്കല്പത്തെ നമ്പൂതിരി സമുദായത്തിലേക്കു കടത്തിവിടുകയാണ് വി.ടി. ചെയ്തത്. ക്ഷേത്രം സ്ഥാപിച്ചതിലൂടെ ഈഴവരുടെ ആത്മവിശ്വാസം വീണ്ടെടുക്കാൻ നാരായണഗുരുവിനു സാധിച്ചു. യഥാർത്ഥത്തിൽ വി.ടി. കപ്പലിനകത്തെ കള്ളനാണ്.

അതൊന്നു വിശദമാക്കാമോ?

നമ്പൂതിരി സമുദായത്തിനകത്തുനിന്നുകൊണ്ടുതന്നെ നമ്പൂതിരി സമുദായത്തിലെ യാഥാസ്ഥിതികത്വത്തിനെതിരെ വി.ടി. പോരാടി. അതിലെ ദോഷങ്ങൾക്കെതിരെ പോരാടി എന്നു പറയാം. ഇ.എം.എസ്. ഇങ്ങനെ മുഴുവനായി പോരാടി എന്നു പറയുക വയ്യ. അപ്പോഴേക്കും കമ്മ്യൂണിസ്റ്റ് പാർട്ടിയുടേതായ ഐഡിയോളജി അദ്ദേഹത്തിൽ ഉറച്ചിരുന്നു. കമ്മ്യൂണിസ്റ്റ് ജീവിത വീക്ഷണത്തിൽ ഭാരതീയ ദർശനങ്ങളോട് ആധമർണ്യമില്ല. വേദങ്ങളിലുള്ള സനാതനധർമ്മം എന്ന ആശയമായിരുന്നു വി.ടിയുടെ ആദർശം. ഗാന്ധിജിയുടെ ആദർശവും ഇതുതന്നെയാണ്.

യോഗക്ഷേമസഭയിൽ വി.ടി. ഗാന്ധിസം പ്രചരിപ്പിച്ചു എന്നു പറയാമോ?

ഏകം സദ്വിപ്രാ ബഹുധാവദന്തി. (സത്തായി ലോകത്തിൽ ഒന്നുമാത്രമേയുള്ളൂ). എന്ന് വി.ടി. എപ്പോഴും പറഞ്ഞിരുന്നു. പണ്ഡിതന്മാർ അതിനെ പലതായി വ്യാഖ്യാനിക്കും. ഗാന്ധിസത്തെ കേരളീയ ജീവിതത്തിലേക്കു വ്യാപിപ്പിക്കാനാണ് വി.ടി. ശ്രമിച്ചത്. യോഗക്ഷേമസഭയുടെ മൗലിക വീക്ഷണത്തിൽ വി.ടിയും ഒ.എം.സിയും ഒന്നിച്ചു.

വേദപണ്ഡിതനായിരുന്ന ഒ.എം.സി. എത്രത്തോളം ഉത്പതിഷ്ണുവായിരുന്നു?

സനാതനധർമ്മത്തിന്റെ പാതയിൽ അതിനെ പുനരാവിഷ്കരിക്കുകയാണ് ഒ.എം.സി. ചെയ്തത്. അയിത്തം ശരിയല്ല എന്ന് അദ്ദേഹം

പറഞ്ഞിട്ടുണ്ട്. വി.ടിയും ഒ.എം.സിയും തമ്മിൽ ആശയപരമായ സംഘട്ടനം ഉണ്ടായിട്ടില്ല. ഒ.എം.സി. ഗാന്ധിജിക്ക് വെള്ളിനേഴിയിൽ സ്വീകരണം നല്കി എന്നാണ് എന്റെ കേട്ടറിവ്.

ഇ.എം.എസ്സിന്റെ ഐഡിയോളജിയുമായി ഇവർ പൊരുത്തപ്പെട്ടുവോ അതോ വിഘടിച്ചുവോ?

ഒ.എം.സിയുടെ ഋഗ്വേദഭാഷ്യം വ്യാഖ്യാനം ഒന്നാമത്തെ വോള്യം ഡൽഹിയിൽവച്ച് പ്രകാശിപ്പിച്ചത് ഇ.എം.എസ്സാണ്. അന്ന് അദ്ദേഹം തന്റെ വേദപഠനകാലം ജീവിതത്തിലെ വ്യർത്ഥകാലമായിരുന്നു എന്ന രീതിയിൽ പ്രസംഗിക്കുകയുണ്ടായി.

ഇക്കാര്യത്തിൽ ഇ.എം.എസ്സിന്റെ നിലപാടിനോട് അക്കിത്തത്തിന്റെ മറുപടി എന്താണ്?

ലോക മാനവികതയുടെ യഥാർത്ഥമുഖം വേദങ്ങളിലാണെന്നാണ് എന്റെ അഭിപ്രായം. അതാണ് യഥാർത്ഥ കമ്മ്യൂണിസം. വേദം പഠിച്ചതു കൊണ്ടാണ് എനിക്കു കമ്മ്യൂണിസത്തോട് ആഭിമുഖ്യം വന്നത്. ഇ.എം.എസ്. അത് അംഗീകരിച്ചില്ല. പക്ഷേ, സത്യം അതാണെന്ന് ഞാൻ വിശ്വസിക്കുന്നു. എം.എ. ബേബി കടവല്ലൂരിൽ വന്ന് പ്രസംഗിച്ചത് ഇപ്പോഴും ഓർമ്മയുണ്ട്. വേദം പഠിച്ചതുകൊണ്ട് ഇ.എം.എസ്സിനു ഗുണമുണ്ടായിട്ടുണ്ടെന്ന് എം.എ. ബേബി പറയുകയുണ്ടായി. അതൊരു മാനസികവ്യായാമമായിരുന്നു. അതുകൊണ്ടാണ് വലിയൊരു പാർട്ടിയുടെ തലവനായിരിക്കാൻ ഇ.എം.എസ്സിനു സാധിച്ചത് എന്ന അർത്ഥത്തിൽ ബേബി പ്രസംഗിച്ചു. ആ കാഴ്ചപ്പാട് ശരിയാണെന്നാണ് എന്റെ പക്ഷം. വസ്തുതകൾ കൃത്യമായി മനസ്സിലാക്കുന്നയാളാണ് എം.എ. ബേബി. കടവല്ലൂരിൽ എന്റെ സ്വാഗതപ്രസംഗത്തിലെ ആശയങ്ങളോട് അദ്ദേഹം അനുകൂലിച്ചു സംസാരിച്ചു. ചുരുങ്ങിയ പക്ഷം ഇ.എം.എസ്സിന് ക്ഷമാബലം ഉണ്ടാവാൻ വേദവിദ്യാഭ്യാസം ഉപകരിച്ചു.

കാടു കത്തുമ്പോൾ കത്തിക്കരിയുന്ന പൂക്കളെക്കുറിച്ചാണ് അക്കിത്തം വ്യഥ പൂണ്ടത് എന്ന് പ്രൊഫ. എം.എം. നാരായണൻ വിലയിരുത്തിയിട്ടുണ്ടല്ലോ?

ശരിയാണത്. സൗന്ദര്യാത്മകമായ മൂല്യങ്ങൾ ബ്രാഹ്മണസംസ്ക്കാരത്തിൽ ഉണ്ടായിരുന്നു. അതിന്റെ വൈരൂപ്യങ്ങളെയാണ് ഞാൻ എതിർത്തത്.

തങ്ങൾക്കുനേരെയുള്ള പ്രവർത്തനങ്ങളെ പ്രതിരോധിക്കാനും നമ്പൂതിരിസമുദായത്തിനു സാധിച്ചില്ല. ഉദാഹരണത്തിന് ഭൂപരിഷ്ക്കരണം. ഈ അഭിപ്രായത്തോട് യോജിക്കുന്നുണ്ടോ?

ഏറെക്കുറെ ശരിയാണ്, യഥാർത്ഥ ബ്രാഹ്മണ്യത്തിനു ഭൂപ്രഭുത്വം ലക്ഷ്യമല്ല. ഭൂപ്രഭുത്വം ഒരു മന്തുകാലായി മാറിയിരുന്നു.

സമുദായത്തിനകത്തെ നന്മകൾ എന്തൊക്കെയായിരുന്നു?

കാര്യമായ ഒന്ന് വെജിറ്റേറിയനിസം. അതു ബുദ്ധമതകാലത്തോടു കൂടിയാണ് വരുന്നത്. വെജിറ്റേറിയനിസമാണ് അഹിംസാസംസ്ക്കാരത്തിലേക്ക് ഉപരിവർഗങ്ങളെ വളർത്തിക്കൊണ്ടുവന്നത്. ഇതിനെക്കുറിച്ച് നിത്യചൈതന്യയതി പഠനം നടത്തിയിട്ടുണ്ട്. മറ്റൊന്ന് യാഗങ്ങളുടെ സംരക്ഷണമാണ്. ആദിമ സംസ്കാരം നാടകീയമായി ആവിഷ്ക്കരിക്കലാണ് യാഗം. ത്രേതായുഗത്തിലെ മനുഷ്യസംസ്കാരത്തിന്റെ തനി നാടകീയമായ സംഗ്രഹണമാണ് യജ്ഞസംസ്കാരം എന്നു പറയാം. തിരുവനന്തപുരത്ത് സോമയാഗം നടന്നപ്പോൾ ഒരു പത്രപ്രവർത്തകൻ യാഗത്തെപ്പറ്റി ദില്ലിയിലായിരുന്ന ഇ.എം.എസ്സിനോട് അഭിപ്രായം ചോദിക്കുകയുണ്ടായി. “അക്കിത്തത്തിനോടു ചോദിച്ചാൽ മതി; അക്കിത്തം നന്ന് എന്നാണ് പറയുന്നത്” എന്നായിരുന്നു ഇ.എം.എസ്സിന്റെ മറുപടി.

കഥകളി, ക്ഷേത്രകലകൾ, തന്ത്രശാസ്ത്രം, ക്ഷമ മറ്റും മറ്റും നഷ്ടപ്പെട്ടു.

വേദസംസ്കാരം അബ്രാഹ്മണരിൽ എങ്ങനെ പ്രായോഗികമാക്കാം?

അവർ വേദം പഠിക്കുകതന്നെ വേണം. പണ്ട് നമ്പൂതിരിമാർ അബ്രാഹ്മണരെ വേദം പഠിപ്പിച്ചില്ല. അതൊരു കുറ്റമായി പറയാം. പക്ഷേ, അതുകൊണ്ടാണ് വേദം നിലനിന്നതും. കേരളത്തിനു പുറത്ത് വേദം ആലപിക്കുന്നതിന് പതിനഞ്ച് സെക്കന്റേ എടുക്കുന്നുള്ളൂ (അഗ്നിമീളേ പുരോഹിതം) കേരളത്തിൽ അതിന്റെ ഇരട്ടിസമയം വരുന്നു. കേരളത്തിലാണ് റിയൽ ആയ സമ്പ്രദായം നിലനില്ക്കുന്നത് എന്നർത്ഥം. ആന്ധ്രയിലൊക്കെ പുസ്തകം നോക്കി ചൊല്ലുന്ന പതിവുണ്ട്.

നവോത്ഥാനവുമായി ബന്ധപ്പെട്ട പ്രബന്ധത്തിനെതിരെ തൃശ്ശൂരിൽ പ്രതികരണമുണ്ടായല്ലോ?

എന്റെ പ്രബന്ധത്തിനുശേഷം സദസ്സിൽ കേട്ട ഒരഭിപ്രായം "വേദങ്ങൾ ജനങ്ങളുടെതല്ല; നമ്പൂതിരിമാരുടെതാണ്" എന്നായിരുന്നു. വള്ളത്തോളിന്റെ നാട്ടുകാരായിട്ടും അദ്ദേഹത്തിന്റെ കവിത നാം ഉൾക്കൊള്ളുന്നില്ല എങ്കിൽ മറുപടി പറയാനാവില്ല.

ബ്രഹ്മർഷിമാർ മുഖ്യനെ മുക്കുവത്തി-
പെറ്റോരു പുണ്യക്ഷിതിമണ്ഡലത്തിൽ
അഹോ മനുഷ്യന്നു മനുഷ്യനോടു
സാമീപ്യസമ്പർക്കമധർമ്മമായി.

ഇന്നത്തെ അയിത്തജാതി നമ്പൂതിരിമാരാണ്, സവർണ്ണരാണ് എന്നു മാത്രം. ഇത്രയും പറഞ്ഞിട്ടും മനസ്സിലാവാത്തവരുണ്ടെങ്കിൽ അവരോടും ഒരു വാക്യം. വേദം നാലാക്കി വിഭജിച്ച ആളാണ് വ്യാസൻ. അതായത് കൃഷ്ണ ദ്വൈപായനമഹർഷി. അദ്ദേഹം പരാശരമഹർഷിക്ക് മുക്കുവത്തിയിൽ പിറന്ന ആളായിരുന്നു. യഥാർത്ഥ ദളിത് സാഹിത്യം വേദങ്ങൾ തന്നെയാണ്.

വി.ടിയെക്കുറിച്ച് പറഞ്ഞു. എം.പി. ഭട്ടതിരിപ്പാട് (പ്രേംജി), എം. ആർ.ബി., മുത്തിരിങ്ങോട് ഭവത്രാതൻ നമ്പൂതിരിപ്പാട് എന്നിവരും സ്വന്തം രചനകളിലൂടെ സാമുദായിക പ്രവർത്തനം നിർവഹിച്ചു. ഒരു എഴുത്തുകാരൻ എന്ന നിലയിൽ അക്കിത്തം ഇവരുടെ കൃതികളെ നോക്കിക്കാണുന്നത് എങ്ങനെ എന്നറിയാൻ താത്പര്യമുണ്ട്?

മുത്തിരിങ്ങോട്, എം.ആർ.ബി., പ്രേംജി എന്നിവരുടെ രചനകളെ ഒരേ ചരടിൽ കോർത്തുവച്ച് പരിശോധിക്കേണ്ടി വരും. മുത്തിരിങ്ങോടിന്റെ രചനകളുടെ അന്യാദൃശത്വം കൊണ്ടാണ് അവ ഇന്നും ചർച്ച ചെയ്യപ്പെടുന്നത്. പൂങ്കുല, മറുപുറം, ആത്മാഹൂതി എന്നീ മൂന്നു ചെറുകൃതികളെ അപേക്ഷിച്ച് കൂടുതൽ വലുപ്പമുള്ള രചനയാണ് അപ്ഫന്റെ മകൾ. കൂടുതൽ പേജുകളുള്ള കൂറ്റൻ നോവലുകളിലൂടെ മലയാള ആഖ്യായികാ സാഹിത്യത്തിലെ ആദിപിതാക്കളായിത്തീർന്ന ഒ. ചന്തുമേനോനെയും സി.വി. രാമൻപിള്ളയെയും താരതമ്യേന വളരെ കുറച്ചു പേജുകൾ മാത്രമുള്ള അപ്ഫന്റെ മകളിലൂടെ മുത്തിരിങ്ങോട് അതിവർത്തിച്ചു. കാരണം, ഒരു ചെറുകഥ പോലെ ദൃഢബദ്ധമായ നോവലാണത്. സാങ്കേതികമായി നോവലെറ്റ് എന്നാണ് പറയേണ്ടത്. എന്നാൽ, നോവലെറ്റ് എന്ന പദം കേരളത്തിൽ പ്രചരിച്ചത് 'അപ്ഫന്റെ മകൾ'ക്കു ശേഷം കാൽനൂറ്റാണ്ടെങ്കിലും കഴിഞ്ഞശേഷമാണ്. വാസ്തവത്തിൽ അതു നോവലെറ്റ് എന്ന പേരിൽപ്പോലും ഒതുങ്ങുന്നതല്ല.

ഒരു ഗദ്യകവിത എന്നാണ് അതിനെ വിളിക്കേണ്ടത്. 'പാവങ്ങളുടെ' വിവർത്തനത്തിലൂടെ നാലപ്പാട് മലയാളത്തിനു നല്കിയ കാവ്യാത്മകമായ, പ്രശാന്തസ്തോഭമായ ഗദ്യത്തിൽനിന്ന്, കവിതയ്ക്കാവശ്യമായ, ഋജുത്വത്തിന്റെഅകവും പുറവും മധുരമായ ഭാഷ സൃഷ്ടിക്കുകയാണ് മുത്തിരിങ്ങോട് ചെയ്തത്.

ഇവരുടെ കൃതികളിൽ മനസ്സിന്റെ വേദന വായിച്ചുകൂടേ?

സാഹിത്യം പൂർണ്ണമായും വാക്കുകളിലൂടെ ആവിഷ്ക്കരിക്കപ്പെടുന്ന സൗന്ദര്യാനുഭൂതിയാണെങ്കിലും അതിനെ ഉത്പാദിപ്പിക്കുന്നത് മനുഷ്യരുടെ ദൈനംദിന ജീവിതത്തിലെ വേദനകളാണ്. ദൈനംദിന ജീവിതത്തെ നിയന്ത്രിക്കുന്നത് വലിയ ഒരളവോളം അവന്റെ സമൂഹവുമാണ്. സ്വാതന്ത്ര്യാനന്തരഭാരതത്തിലെന്നപോലെ ജാതിമതാതീതമായ കാലമായിരുന്നില്ല മുത്തിരിങ്ങോടിന്റെയും എം.ആർ.ബിയുടെയും പ്രേംജിയുടെയും കാലം. കേരളം ഭ്രാന്താലയമാണെന്ന് സ്വാമി വിവേകാനന്ദനെക്കൊണ്ടു പറയിച്ച സങ്കുചിത സാമൂഹ്യവീക്ഷണത്തിൽ കിടന്നു പിടയുന്ന നമ്പൂതിരി സമുദായത്തിന്റെ ജീവിതവ്യഥകളിൽനിന്നാണ് ഈ മൂന്നു പേരുടെയും കൃതികൾ ഊറിവന്നത്. വിശേഷിച്ചും അവർക്കു വ്യക്തിത്വം നല്കിയ കൃതികൾ – മുത്തിരിങ്ങോടിന്റെ 'അപ്ഫന്റെ മകൾ', 'എം.ആർ.ബിയുടെ 'വാൽക്കണ്ണാടി' എന്ന സമാഹാരവും മറക്കുടയ്ക്കുള്ളിലെ 'മഹാനരകം' എന്ന നാടകവും, പ്രേംജിയുടെ 'പ്രേംജി പാടുന്നു' എന്ന പുസ്തകത്തിലെ കവിതകളും ഋതുമതി എന്ന നാടകവും. 'കാളിദാസന്റെ ശാകുന്തളത്തെ അനുസ്മരിപ്പിക്കുന്ന കൃതി' എന്ന് കുട്ടിക്കൃഷ്ണമാരാരാൽ പ്രശംസിക്കപ്പെട്ട 'ഋതുമതി'യ്ക്കു തുല്യമായ ഒരു സാമുദായിക നാടകം പില്ക്കാലത്തും മലയാളത്തിൽ ഉണ്ടായിട്ടില്ല. ധാരാളം അഭിനയിക്കപ്പെടുകയും അന്തർജനങ്ങളെ മറക്കുട തല്ലിപ്പൊളിച്ചു പുറത്തുവരാൻ പ്രേരിപ്പിക്കുകയും ചെയ്ത എം.ആർ.ബിയുടെ മറയ്ക്കുടക്കുള്ളിലെ 'മഹാനരക'വും മലയാള നാടകചരിത്രത്തിലെ നാഴികക്കല്ലാണ്.

വി.ടിയുടെ നാടകത്തിന്റെ തുടർച്ചയായി ഈ കൃതികളെ വിലയിരുത്തിക്കൂടേ? വി.ടി. നാടകം എഴുതിയിരുന്നില്ല എങ്കിൽ മറ്റു രണ്ടു നാടകങ്ങൾ ഉണ്ടാകുമായിരുന്നോ?

വി.ടിയുടെ 'അടുക്കളയിൽ നിന്ന് അരങ്ങത്തേയ്ക്ക്' എന്ന നാടകം പ്രേംജിക്കും എം.ആർ.ബിക്കും നാടകമെഴുതാൻ പ്രചോദനമായി

എന്നു പറയാം. അന്തർജനത്തിന്റെ ചേലപ്പുതപ്പിന്റെ കസവുകര തന്നെ കീറേണ്ടി വരും, സമുദായത്തിന്റെ മുറിവിൽ നിന്നൊലിക്കുന്ന രക്തത്തിന്റെ പ്രവാഹം തടഞ്ഞുനിർത്താൻ, എന്ന വി.ടിയുടെ കണ്ടുപിടുത്തവുമായി ബന്ധപ്പെട്ടതാണ് പിന്നീടുവന്ന ഈ മൂന്ന് വിശിഷ്ടസാഹിത്യകാരന്മാരുടെ കൃതികളും. വി.ടിയുടെ പ്രസ്ഥാനമാകട്ടെ സാഹിത്യപരം മാത്രമായിരുന്നില്ലതാനും. സാമുദായിക ജീവിതത്തെ മുഴുവൻ അതു ശുദ്ധീകരിച്ചു. ശുദ്ധീകരിക്കലാകട്ടെ, "നമ്പൂതിരിയെ മനുഷ്യനാക്കിയ" ഇ.എം.എസ്സിന്റെ ആഗോളനവീകരണ പ്രസ്ഥാനം വരെ വികസിക്കുകയും ചെയ്തു. പക്ഷേ, അതിനർത്ഥം, ഭാരതീയർ അവന്റെ പൂർവകാലീന സംസ്കാരത്തെ മുഴുവൻ തള്ളിപ്പറയലായിക്കൂടാ എന്നു പ്രഖ്യാപിച്ച ഒ.എം.സി. നാരായണൻ നമ്പൂതിരിപ്പാട് എന്ന കവിയുടെ ഋഗ്വേദഭാഷാ ഭാഷ്യം എന്ന കൃതിയും അനുസ്മരിക്കപ്പെടേണ്ടതാണ്. എം.ആർ.ബിയുടെ കാവ്യമധുരമായ യാത്രാവിവരണഗ്രന്ഥങ്ങൾ, പ്രേംജിയുടെ, 'നാൽക്കാലികൾ' എല്ലാം ശ്രദ്ധേയമാണ്. അർത്ഥരഹിതവും വൃത്തരഹിതവുമായ ഇന്നത്തെ കാവ്യാഭ്യാസങ്ങളുടെ നേരെയുള്ള ശക്തിയായ ആക്രോശമാണ് പ്രേംജിയുടെ 'നാൽക്കാലി'കളിലുള്ള ഉദാത്ത കവിതകൾ.

'നാൽക്കാലി' എന്ന വാക്കിനു തന്നെ പ്രേംജി കൊടുത്ത അർത്ഥം അതു നാൽക്കാലി മാത്രമല്ല എന്നായിരുന്നു. ഇരുകാലിയെക്കാൾ മെച്ചപ്പെട്ടതാണ് 'നാൽക്കാലി' എന്നും പ്രേംജി ഉദ്ദേശിച്ചു. അപ്ഫന്റെ മകളിലെ ഒരു പ്രയോഗത്തെപ്പറ്റി എന്റെ അച്ഛന്റെ സന്നിധിയിൽ ആരോ ആരോടോ പറയുന്നതിന്റെ ഓർമ്മ പറയാം. 'സിതാഭമായ സികതാഭൂവിൽ' എന്ന് മുത്തിരിങ്ങോട് അപ്ഫന്റെ മകളിൽ എഴുതിയതു കണ്ട് അദ്ദേഹത്തിന്റെ അച്ഛൻ ചോദിച്ചുവത്രെ. "സിതാഭയായ സികതാഭൂവിൽ" എന്നല്ലേ ഉണ്ണീ വേണ്ടത്? "സംസ്കൃതിയിലെന്നപോലെ മലയാളത്തിലും വിശേഷണവിശേഷ്യങ്ങൾക്ക് ലിംഗൈക്യം വേണം എന്നായിരുന്നു അച്ഛന്റെ അഭിപ്രായം. മലയാളത്തിൽ അതു പതിവില്ലാ എന്നായിരുന്നു മകന്റെ മറുപടി. 'സിതാഭമായ സികതാഭൂവ്' എന്നതിൽ അർത്ഥഭംഗിയിലെന്ന പോലെ ശബ്ദഭംഗിയിലും ശ്രദ്ധിച്ച ഒരു എഴുത്തുകാരനെ നമുക്കു കാണാം. ഭാവത്തിലെന്നപോലെ രൂപത്തിലും അതിമനോഹരമായിരുന്നു ഭവത്രാതൻ നമ്പൂതിരിപ്പാട്. നാല്പത്തിരണ്ടുകൊല്ലമേ അദ്ദേഹം ജീവിച്ചുള്ളൂ. എം.ആർ.ബി. തൊണ്ണൂറ്റിമൂന്നാം വയസ്സിലും പ്രേംജി തൊണ്ണൂറാം വയസ്സിലുമാണ് ഓർമ്മയായത്. മുത്തിരിങ്ങോടിന്റെ കൃതികളിലെ അനശ്വരസൗന്ദര്യത്തെപ്പറ്റി ഇവർക്ക് ഒരേ അഭിപ്രായമായിരുന്നു...

സനാതന ധർമ്മവും കവിതയിലെ ധാർമ്മികതയും

അക്കിത്തത്തിലെ കലാസ്വാദകനെക്കുറിച്ച് ഇതുവരെ പറഞ്ഞു കേട്ടിട്ടില്ല. കലാകാരന്മാരെ ആദരിക്കുന്ന വേദികളിൽ അക്കിത്ത ത്തിന്റെ സാന്നിധ്യം കാണുന്നുമുണ്ട്. നൂറ്റൊന്ന് ആട്ടക്കഥകൾ എഡിറ്റു ചെയ്തവരിൽ ഒരാൾ അക്കിത്തമാണ്. ആട്ടക്കഥകളുടെ എഡിറ്റിങ്ങുമായി ബന്ധപ്പെട്ട സാഹചര്യം?

ഞാനന്ന് എസ്.പി.സി.എസ്സിന്റെ ഭരണസമിതിയിൽ ഉണ്ടായിരുന്നു. എസ്.കെ.നായരും ആനന്ദക്കുട്ടനും ഞാനുമാണ് ആട്ടക്കഥകൾ തിരഞ്ഞെടുത്തത്. എൻ.ബി.എസ്സിന് കാശുണ്ടാക്കാനുള്ള പദ്ധതി യായിരുന്നു.

ആട്ടക്കഥകളുടെ തെരഞ്ഞെടുപ്പിന്റെ മാനദണ്ഡം എന്തായിരുന്നു?

കലാപരമായ മാനദണ്ഡം തന്നെ. സാഹിത്യപ്രാധാന്യവും സംഗീത പ്രാധാന്യവുമായ കൃതിയാണ് നളചരിതം. കോട്ടയം കഥകൾക്ക് രംഗ ബോധം കൂടും. കഥകളിക്കു വേണ്ടത് അതാണ്. ഇതു രണ്ടും ഇണ ക്കിയെടുത്തു വരികയാണ്.

അംഗങ്ങൾ തമ്മിൽ അഭിപ്രായവ്യത്യാസം ഉണ്ടായിരുന്നുവോ?

അങ്ങനെയൊന്നുമില്ല. കുചേലവൃത്തത്തിന്റെ കാര്യത്തിൽ ഞങ്ങൾക്ക് അഭിപ്രായവ്യത്യാസമേ ഉണ്ടായില്ല. ലളിതവും മധുരവുമാണ്. ചങ്ങമ്പുഴ സാഹിത്യംപോലെ നേരിട്ട് ആകർഷിക്കുന്ന ജനകീയ കൃതി യാണ് ആട്ടക്കഥകളിൽ കുചേലവൃത്തം.

അക്കിത്തത്തിന്റെ കഥകളിക്കമ്പകാലത്തെക്കുറിച്ച് അറിയാൻ നല്ല താത്പര്യമുണ്ട്?

നല്ല കളിക്കമ്പമുള്ള കാലമുണ്ടായിരുന്നു. ആനക്കര വടക്കത്ത് തിരുനാവായവാധ്യാന്റെ കളിയോഗക്കാർ വന്ന് കളിച്ചിരുന്നു. പൂമുള്ളി, വൈദ്യമഠം, കാട്ടുമാടം, കൂടല്ലൂർ ഒക്കെ പോയി കളികണ്ടിരുന്നു. നടന്നിട്ടാണ് പോവുക. വൈകുന്നേരം ഊണുകഴിഞ്ഞ് നടക്കും. കിഴക്കേ കൂത്തുള്ളി ചിത്രൻ, ആര്യൻ, രാമൻ, ഇട്ടിരവി നമ്പൂതിരി, പഞ്ഞാവൂർ (കവി പി.എം.നാരായണന്റെ അച്ഛൻ) ഒക്കെ ഒപ്പമുണ്ടാവും. ജയന്തന്റെ അച്ഛന്റെ റാന്തൽ വിളക്കും മുൻപിൽ ഉണ്ടായിരിക്കും.

അന്നത്തെ വേഷക്കാരെ ഓർമ്മയുണ്ടാവുമല്ലോ?

ആനക്കര വടക്കത്തുവീടിന് തൊട്ട് ഒരു അമ്പലമുണ്ട്. അവിടെ അഗ്രശാലയിൽ കളിയോഗവും അഭ്യസനവുമൊക്കെ ഉണ്ടായിരുന്നു. കടമ്പൂർ ഗോപാലൻനായർ, കാവുങ്കൽ ശങ്കരൻകുട്ടിപ്പണിക്കർ, ചാത്തുണ്ണിപ്പണിക്കർ, കറ്റശ്ശേരി രാമൻനായർ തുടങ്ങിയവരായിരുന്നു വേഷക്കാർ. ചാത്തുണ്ണിപ്പണിക്കരുടെ വേഷങ്ങളോട് ആരാധന തോന്നിയിരുന്നു. നല്ല വേഷഭംഗി. 1975ൽ തൃശ്ശൂർ ആകാശവാണിക്കുവേണ്ടി കാവുങ്കൽ ശങ്കരൻകുട്ടിപ്പണിക്കരെ ഇന്റർവ്യൂ ചെയ്തിട്ടുണ്ട്. അദ്ദേഹത്തിനു വളരെ സന്തോഷമായി.

പുന്നത്തൂർ മാധവൻനായർ, കലാമണ്ഡലം കൃഷ്ണൻ നായർ, വാഴേങ്കട കുഞ്ചു നായർ, തേക്കിൻകാട്ടിൽ രാവുണ്ണിനായർ, രാമൻകുട്ടി നായർ, കവളപ്പാറ നാരായണൻ നായർ തുടങ്ങിയവരുടെ വേഷങ്ങൾ ധാരാളം കണ്ടിട്ടുണ്ട്. രാവുണ്ണി മേനോന്റെ വേഷവും കണ്ടിരുന്നു. കൃഷ്ണൻനായരുടെ പൂതന, കവളപ്പാറ നാരായണൻ നായരുടെ ഹനുമാൻ എല്ലാം ഇപ്പോഴും മനസ്സിലുണ്ട്. കഥകളി വലിയൊരു ദൗർബല്യമായി. ഇങ്ങനെ പോയാൽ എഴുത്തുകാരനല്ലാതാവും എന്നു തോന്നി. അത്രയ്ക്ക് കളിഭ്രാന്തായിരുന്നു. കളിഭ്രാന്ത് ഉപേക്ഷിച്ചില്ലെങ്കിൽ കവിയാവില്ല എന്ന് തോന്നി. കവിയാവണം എന്നു ഗുരു ഉണ്ണികൃഷ്ണമേനോനും.

"ശ്യാമളം വനം രാമചന്ദ്രന്റെ കോമളനുതന്നെയോ" എന്നു തുടങ്ങുന്ന ഗംഭീരകവിത ഇടശ്ശേരി എഴുതിയിട്ടുണ്ടല്ലോ. 'ലവണാസുര

വധത്തിലെ ഹനുമാൻ'. ഈ കവിതയെപ്പറ്റി ഇടശ്ശേരിയുമായി സംസാരിച്ചിട്ടുണ്ടോ?

ആനക്കര വടക്കത്തുവച്ച് നടന്ന കളിയാണ്. ഓർമ്മയിൽ കവളപ്പാറ യുടെ ഹനുമാൻ. ഈ കളി കാണാൻ പൊന്നാനിയിൽനിന്നും പി.സിയും ഇടശ്ശേരിയും ഇ.നാരായണനനും വന്നിരുന്നുവത്രെ. ഞങ്ങള് പരിചയമായിട്ടില്ല. താനും കൂട്ടുകാരും കുമരനല്ലൂരിൽനിന്ന് ചെന്ന് അതു കണ്ടിരുന്നു.

കീഴ്പ്പടം കുമാരൻനായരുടെ ഹനുമാനുമായി ഈ കവിതയ്ക്ക് രംഗഭാഷ്യം നല്കുന്നതു സംബന്ധിച്ച് കവി പി.പി.രാമചന്ദ്രൻ എനിക്ക് എഴുതുകയുണ്ടായിട്ടുണ്ട്. ഈ കവിതയുടെ അരങ്ങ് വിജ യിക്കുമോ?

നല്ല കവിതയാണ്. വിജയിക്കും.

അക്കിത്തത്തിന്റെ കവിതകളിൽ കഥകളി ബിംബങ്ങൾ കാണു ന്നില്ല. ഒളപ്പമണ്ണയുടെയും എം.എൻ.പാലൂരിന്റെയും കവിതകളിൽ വേണ്ടതിലധികമുണ്ട്. പക്ഷേ അക്കിത്തം എഴുതിയ 'ആശാരിക്കോ പ്പൻ' എന്ന കവിതയിൽ കളിഭ്രാന്തുകാലത്തെ അക്കിത്തമുണ്ട്.

വാഴമ്പോള കരിഞ്ഞെണ്ണച്ചുടുമണം പരക്കുന്നു
വാഴേങ്കടയുത്സവത്തിൽ കളിയരങ്ങിൽ
ഉറക്കത്താൽ കനത്ത കൺപോളകൾ പിടിച്ചകറ്റി-
യിരിക്കയാണുണ്ണി കളി വിളക്കിൻ പിന്നിൽ
ബകധ്യാനം നടത്തുമാശ്ശിശുവിന്റെ മിഴികളിൽ
ബകവധം നടക്കുമ്പോളവൻ നടുങ്ങി
മുറുക്കിത്തുപ്പുവാനെന്തീയാശാരിക്കോപ്പനിന്നെന്റെ
മുഖത്തേയ്ക്കെന്നവൻ തേങ്ങിക്കരഞ്ഞുപോയി!

ഈ കവിതയുടെ പശ്ചാത്തലം എന്താണ്? അക്കിത്തത്തിന്റെ ഒറ്റ കഥകളിക്കവിതയല്ലേ ഇത്?

പൂമുള്ളി അമ്പലമുറ്റത്തെ കളിയാണ് പശ്ചാത്തലം. കോപ്പൻ നായരുടെ ആശാരി. അത്രയ്ക്കു തന്മയത്വമായിരുന്നു. അതു കവിത യാക്കി. വാഴേങ്കട ഉത്സവക്കളിയാക്കി പശ്ചാത്തലം മാറ്റിയെഴുതി. കഥ കളിയെപ്പറ്റി വേറെയും കവിതകൾ എഴുതിയിട്ടുണ്ട്. 'വാരിയരുടെ

വിളക്ക്' ('അമൃതഘടിക') 'വേനൽക്കുളിർ' ('കരതലാമലകം') എന്നീ കവിതകൾ ഉദാഹരണം.

കഥകളി തലയ്ക്കു പിടിച്ചാൽ കവിയാവില്ല എന്നു കരുതി കളിക്കു പോകൽ നിർത്തി. അക്കിത്തം കവിയായി. കവിത ഒരിക്കലും തിരിച്ചുപോകാത്ത കവിയായി. കഥകളിയിലേക്കു മടങ്ങിപ്പോയോ പിന്നെ?

ഇല്ല. ലയിച്ചു ചേർന്ന് കളികാണാൻ പിന്നീട് സാധിച്ചിട്ടില്ല.

ആകാശവാണിയിൽ കഥകളിപ്പാട്ടുകാരും മേളക്കാരുമൊക്കെ വന്നിരുന്നില്ലേ?

അതിന്റെ റെക്കോർഡിങ് എന്റെ ചുമതലയായിരുന്നില്ല. സംഗീത വിഭാഗക്കാരാണ് ചെയ്യുക. കഥകളിക്കാരെയൊക്കെ കാണാറുണ്ട്. അകൽച്ചയൊന്നുമില്ല.

കൂടിയാട്ടത്തോടുള്ള പ്രതിപത്തി എങ്ങനെയാണ്?

മൂക്കുതലയിലും പുരമുണ്ടേക്കാട്ടും വച്ച് ചാക്യാർകൂത്തും പാഠകവും അനുഭവിച്ചിട്ടുണ്ട്. വടക്കുംനാഥനിൽ വച്ച് കൂടിയാട്ടം കാണുമായിരുന്നു. സി. അച്യുതമേനോനും വൈലോപ്പിള്ളിയുമൊക്കെ ഉണ്ടാവും. വളരെ സാധാരണക്കാരനായിട്ടാണ് അച്യുതമേനോൻ വന്നിരിക്കുക. മുൻ മുഖ്യമന്ത്രിയുടെ നാട്യങ്ങളൊന്നുമില്ലാതെ. നല്ല സഹൃദയനായിരുന്നു. ഞങ്ങൾ അടുത്തടുത്തിരുന്ന് കൂടിയാട്ടം കണ്ടിട്ടുണ്ട്. എൻ.ഡി. കൃഷ്ണനുണ്ണി, കെ.പി. നാരായണപ്പിഷാരടി തുടങ്ങിയവർ കൂടിയാട്ടം കാണാനുണ്ടാകും. മാണിമാധവ ചാക്യാരുടെയും അമ്മന്നൂരിന്റെയുമാണ് അധികം കണ്ടിട്ടുള്ളത്.

"എത്ര നൂറ്റാണ്ടീലോകം കാത്തിരിക്കണം മേലി–
ലിത്രമേൽ സുവാസിതംമാധവോല്ലാസം കാണാൻ?"

മാണിമാധവചാക്യാരെക്കുറിച്ച് അക്കിത്തം 'മാധവോല്ലാസം' എന്ന കവിത എഴുതിയിട്ടുണ്ട്. വിശദമായ അടിക്കുറിപ്പുകളുണ്ട് കവിതയുടെ വ്യാഖ്യാനം എളുപ്പമാക്കാൻ. ക്ലിഷ്ടമാണ് ആ കവിത അല്ലേ?

മാണിമാധവ ചാക്യാർ അപൂർവ പ്രതിഭയായിരുന്നു. അസാമാന്യ കലാകാരൻ, സംസ്കൃത പണ്ഡിതൻ, സ്വഭാവശുദ്ധി അതികേമം. വിനയാന്വിതനും. മഹത്ത്വമുള്ളയാളായിരുന്നു.

വാദ്യകലയിൽ താത്പര്യമുണ്ടായിരുന്നുവോ? തൃത്താലയും ശുകപുരവുമൊക്കെ അടുത്താണല്ലോ?

തായമ്പകയിൽ കമ്പമുള്ള കാലമുണ്ടായിരുന്നു. കുട്ടിക്കാലത്ത് മലമക്കാവിൽ വച്ച് അച്യുതമാരാരുടെ തായമ്പക കേട്ടു. തൃത്താല കുഞ്ഞികൃഷ്ണപ്പൊതുവാളുടെയും കേശവന്റെയും തായമ്പക ധാരാളം കേട്ടിട്ടുണ്ട്. കേശവൻ ഇവിടത്തെ സ്ഥിരക്കാരനായിരുന്നു. ഒന്നാന്തരം തായമ്പക. കലയുടേതായ ഭ്രാന്തുതന്നെ. എന്ത്, എങ്ങനെ കൊട്ടിയാലും താളത്തിലേ വരൂ, താളത്തിലേ വീഴൂ. യഥാർത്ഥ തായമ്പകയുടെ സുഖം കുഞ്ഞികൃഷ്ണപ്പൊതുവാൾ കൊട്ടുമ്പോഴായിരുന്നു. സംഗീതമുള്ള തായമ്പക. അദ്ദേഹം അതിലങ്ങനെ ലയിക്കും. നമ്മളെയും ലയിപ്പിക്കും. കേശവന്റെ തായമ്പകയിൽ മനോധർമ്മം ജാസ്തിയായിരുന്നു. മനോധർമ്മം അധികമായാൽ ഏകാഗ്രത നഷ്ടപ്പെടും. ശബ്ദത്തിന്റെ ഒരു ചിത്രമാണല്ലോ തായമ്പക. അമിത മനോധർമ്മമായാൽ ആ ചിത്രപ്രകൃതി നഷ്ടമാവും.

തായമ്പകയുടെ ഗോപുരച്ഛായ നഷ്ടപ്പെടും എന്നായിരിക്കും സൂചിപ്പിച്ചത്. തായമ്പക ശബ്ദചിത്രമായി കാണാൻ കഴിഞ്ഞത്, മനോധർമ്മം ഈ ചിത്രപ്രകൃതിയെ നശിപ്പിക്കുന്നത് ഇങ്ങനെയൊരു നിരീക്ഷണത്തിനു പിന്നിൽ അക്കിത്തത്തിലെ ചിത്രകാരനും കവിയും ഒരുമിക്കുന്നുണ്ടെന്നു പറയട്ടെ?

തായമ്പകയെക്കുറിച്ച് എന്റെ ഒരു നിരീക്ഷണം പറഞ്ഞു എന്നേയുള്ളൂ. കൊട്ടുകാർ ഇതിനെ എങ്ങനെ കാണും എന്നറിയില്ല. ഇന്ന് തായമ്പകയൊക്കെ മാറിയല്ലോ.

മേളം, പഞ്ചവാദ്യം തുടങ്ങിയ വിസ്തൃതമായ ശബ്ദകലകൾ അക്കിത്തത്തിനു നല്കിയ സുഖം എന്താണ്?

'**തൃ**ത്താള വാദ്യം' എന്നൊരു കവിത എഴുതിയത് ഓർമ്മ വരുന്നു. കണ്ടിട്ടുണ്ടായിരം പേരെ/ത്തായമ്പക വിദഗ്ദ്ധരെ ഉണ്ടായിട്ടില്ല തൃത്താല/ക്കേശവൻ പോലെ മറ്റൊരാൾ എന്നാലും കുഞ്ഞി

കൃഷ്ണന്റെ/സുഗഭീര പ്രശാന്തത അതൊന്നു വേറെയാണെന്നും/ പറയാഞ്ഞാലപൂർണ്ണത അദ്ഭുതകലകളാണ് മേളവും പഞ്ചവാദ്യവും. വലിയൊരു കടൽ ഒന്നിച്ച് നമ്മുടെ നേരേ ആക്രമണമായി വരുന്ന ദൃശ്യമാണ് ഇലഞ്ഞിത്തറമേളം നല്കുന്നത്. മെല്ലെ മെല്ലെ വന്ന് നമ്മളെ കീഴടക്കുന്ന അദ്ഭുത അനുഭവം.

സിനിമ അക്കിത്തത്തെ സ്വാധീനിച്ചിട്ടുണ്ടോ?

മൂന്നു തവണ പാട്ടെഴുതാൻ, ഒരിക്കൽ തിരക്കഥ എഴുതാൻ ഒക്കെ അവസരം വന്നു. പദ്മരാജന്റെ നിർബന്ധമുണ്ടായിരുന്നു. പദ്മരാജൻ ആകാശവാണിയിൽ ആയിരുന്നു. മീറ്റിങ്ങുകൾക്ക് ഞങ്ങൾ കാണും. നാരായണീയത്തെ ആശ്രയിച്ച ഒരു ചിത്രീകരണം. പി. കുഞ്ഞിരാമൻ നായർ കവിത എഴുതുക; ഞാൻ വിവരണം എഴുതുക. ഇങ്ങനെയൊരു പദ്ധതി ഉണ്ടായി. തിരുവനന്തപുരത്തുനിന്ന് കുഞ്ഞിരാമൻ നായരും തൃശൂരുനിന്ന് ഞാനും ഗുരുവായൂരെത്തി. സത്രത്തിൽ ഒരേ മുറിയിൽ താമസിച്ചു. കുഞ്ഞിരാമൻ നായർ കുളിച്ചു തൊഴുതു വന്നു. ജുബയുടെ കീശയിൽ നിറയെ പ്രസാദവും അപ്പവുമൊക്കെയുണ്ട്. രാത്രി കുഞ്ഞിരാമൻ നായരുടെ കുപ്പായം മുഴുവൻ എലി കടിച്ചു. അപ്പവും പോയി ജുബയും കീറി. ചിത്രീകരണത്തിന്റെ ശ്രമക്കാർ ആരും വന്നില്ല. കുഞ്ഞിരാമൻനായരുടെ ശകാരം മുഴുവൻ എന്റെ നേർക്കായിരുന്നു. എന്തൊക്കെയോ കാരണങ്ങൾകൊണ്ട് അതു മുടങ്ങി. പി.എൻ. മേനോനൊക്കെ നിർബന്ധിച്ചിട്ടുണ്ട് പാട്ടെഴുതാൻ. അതിലൊക്കെ ചെന്നുപെട്ടാൽ കാരക്ടർ പോവും എന്നൊരു ഭയം എനിക്കുണ്ടായിരുന്നു.

കവികളിലെ ഗാനരചയിതാക്കളിൽ ആരെയാണ് അധികം ഇഷ്ടം?

പി. ഭാസ്കരനെത്തന്നെ. ഒരു ദിവസം മംഗളോദയത്തിനു മുന്നിലെ തേക്കിൻകാട്ടിൽ പി.സിയും മുണ്ടശ്ശേരിയും കെ.കെ. രാജയും എൻ. വിയും ഞാനും വർത്തമാനം പറഞ്ഞിരിക്കുകയാണ്. പബ്ലിക് റേഡിയോയിൽനിന്ന് പാട്ടു കേൾക്കുന്നു. “നാഴിയുരിപ്പാലുകൊണ്ട് നാടാകെ കല്യാണം” കെ.കെ. രാജാ നിശ്ശബ്ദനായി ആ പാട്ടു കേട്ടു. എന്നിട്ടു പറഞ്ഞു: “ഇതല്ലേ കവിത! ഇതിൽക്കവിഞ്ഞ് എന്ത് കവിത?” എന്ന് കെ.കെ. രാജാ അദ്ഭുതത്തോടെ ചോദിച്ചു. പിന്നെ ഞങ്ങളുടെ

ചർച്ച പി. ഭാസ്കരന്റെ കവിത്വത്തെപ്പറ്റിയായി. ഇത്തരം നിമിഷങ്ങൾ ആവിഷ്കരിക്കാൻ കഴിഞ്ഞാൽ അയാളാണ് കവി. ആകാശവാണിയിൽ 'ലളിതഗാനം' എന്ന വാക്ക് ഭാസ്ക്കരന്റെ സൃഷ്ടിയാണ്, എന്നാണ് എന്റെ ഓർമ്മ.

പി. ഭാസ്ക്കരൻ കഴിഞ്ഞാലോ?

വയലാർ! രണ്ടാമതേ വരൂ. പക്ഷേ, പ്രസിദ്ധി അധികം വയലാറിനായിരുന്നു.

ഭാരതീയമായ സാഹിത്യവീക്ഷണങ്ങൾ കവിതയുടെ അന്തർധാരയായി അക്കിത്തം വളർത്തി എടുത്തിട്ടുണ്ടല്ലോ?

കല കലയ്ക്കുവേണ്ടി എന്നതല്ല, കല ജീവിതത്തിനുവേണ്ടി എന്നതാണ് ഭാരതീയ സാഹിത്യവീക്ഷണം. അതാണ് ഞാൻ വളർത്തിക്കൊണ്ടു വന്നത്.

ഒളപ്പമണ്ണ, കക്കാട്, പാലൂർ, വിഷ്ണുനാരായണൻ നമ്പൂതിരി എന്നിവരുടെ കവിതകളെ എപ്രകാരമാണ് വിലയിരുത്തുന്നത്?

ഇവരുടെ ജീവിതവീക്ഷണത്തിൽ പറയത്തക്ക വ്യത്യാസം ഉണ്ടായിരുന്നില്ല. ഒരേ സാമൂഹ്യ പ്രസ്ഥാനത്തിന്റെ പ്രൊഡക്ട്സ് ആയിരുന്നു ഇവർ.

അവരുടെ ജീവിത പശ്ചാത്തലവും കാലവും വ്യത്യസ്തമായിരുന്നില്ലേ?

എങ്കിലും വീക്ഷണം ഒന്നായിരുന്നു. നമ്പൂതിരി യാഥാസ്ഥിതികത്വം ഇല്ലാതാക്കണം എന്ന ബോധം അവരിൽ ഉണ്ടായിരുന്നു.

വിമാനത്താവളത്തിൽ ഒരു കവി എഴുതിയ എം.എൻ. പാലൂരും പോത്തും, ചെറ്റകളുടെ പാട്ടും എഴുതിയ എൻ.എൻ. കക്കാടും ആധുനിക കവികളായി ഗണിക്കപ്പെടുന്നു. ശോണമിത്രനും ഗംഗാനാരായണനും എഴുതിയ വിഷ്ണുനാരായണൻ നമ്പൂതിരി മറ്റൊരു കാലത്തിന്റെ കവിയാവുന്നു. അക്കിത്തത്തിന്റെയും ഒളപ്പമണ്ണയുടെയും കാവ്യദർശനങ്ങൾ വ്യത്യസ്തമാണ്. ആ നിലയ്ക്ക് വേറിട്ട കാവ്യ ആദർശങ്ങൾ പുലർത്തിയവരായിട്ടല്ലേ ഈ കവികളെ വിലയിരുത്തേണ്ടത്?

ഞാൻ വിലയിരുത്തുന്നില്ല. പിന്നെ, ഒരു വ്യക്തിയെപ്പോലെ മറ്റൊരു വ്യക്തിയില്ലല്ലോ.

ശരി. വിഷ്ണുനാരായണൻ നമ്പൂതിരിയുടെ കവിത മറ്റൊരു മാർഗം സ്വീകരിച്ചത് എന്തുകൊണ്ടാണ്? ആരണ്യകത്തിലെ കവി ആർഷ സംസ്കാരത്തിന്റെ പതാകാവാഹകനാവുന്നില്ലേ? അതിന്റെ പിന്നിലും ജീവിതപശ്ചാത്തലമല്ലേ ഉള്ളത്!

ലോകവീക്ഷണത്തിലെ വ്യത്യാസമാണ് ഇതിനു കാരണം. വിഷ്ണു വിദ്യാസമ്പന്നനാണ്. ഓരോ കവിയും കവി എന്ന നിലയിൽ വ്യത്യസ്തനാണ് എന്നതാണ് വസ്തുത.

ഇവരെ ചേർത്തു പഠിക്കുമ്പോൾ യോഗക്ഷേമസഭയുമായി ബന്ധപ്പെട്ട് എങ്ങനെ വിലയിരുത്താം?

ഇന്നത്തെ യോഗക്ഷേമസഭയ്ക്ക് ഈ കവികളെ പിന്തുടരാനോ ഉൾക്കൊള്ളാനോ കഴിയില്ല.

അക്കിത്തത്തിന്റെ സമകാല കവികളെ എങ്ങനെ കാണുന്നു?

എല്ലാവരും പോയി. പുറയന്നൂർ ചിത്രഭാനുവാണ് ഒടുവിൽ മരിച്ചത്. നമ്പൂതിരി സാഹിത്യസമാജത്തിന്റെ സെക്രട്ടറിയായിരുന്നു ഡോ. ഒ.എം. അനുജൻ ഇപ്പോഴും നമ്മുടെ കൂടെയുണ്ട്.

നമ്പൂതിരി നവോത്ഥാനത്തിന് മുൻ നടന്ന സ്ത്രീകൾ ആരൊക്കെയായിരുന്നു?

ആര്യാപള്ളം, പാർവതി നിലയങ്ങോട്, പാർവതി നെന്മിനിമംഗലം, ദേവകി നരിക്കാട്ടിരി ഇവരെയൊക്കെ പറയാം.

ഇരുപതാം നൂറ്റാണ്ടിന്റെ ഇതിഹാസത്തിന് ഈയിടെ ധാരാളം പഠനങ്ങൾ വന്നു. പണ്ട് പി. ഗോവിന്ദപ്പിള്ളയും തായാട്ടു ശങ്കരനുമൊക്കെ വ്യത്യസ്തനിലപാടുകളിൽ ഈ കാവ്യത്തെ നോക്കിക്കണ്ടു. ഇപ്പോൾ അൻപതുകൊല്ലത്തിനുശേഷം പുതുതലമുറയിലെ പലരും ഈ കാവ്യത്തെ പുതുതായി സമീപിച്ചു

കൊണ്ടേയിരിക്കുന്നു. അക്കിത്തം കവിതകൾക്കുതന്നെയും പുതിയ വായനകൾ വരുന്നു. കൂട്ടത്തിൽ, സച്ചിദാനന്ദന്റെ സമീപനത്തെ അക്കിത്തം എങ്ങനെ കാണുന്നു?

സച്ചിദാനന്ദന്റെ നിലപാടിലും മാറ്റം ഉണ്ടായിട്ടില്ലേ? അമ്പതുകൊല്ലം മുൻപ് ഞാനെഴുതിയ നിലപാടിലേക്ക് - അഹിംസയിലൂടെയായിരിക്കണം കമ്മ്യൂണിസം നടപ്പാക്കാൻ (സാമ്പത്തിക സമത്വമാണ്; സായുധസമരമല്ല) എന്ന് അൻപതുകൊല്ലം മുൻപ് എഴുതിയതിനെ സച്ചിദാനന്ദൻ അംഗീകരിക്കുന്നു.

സച്ചിദാനന്ദന്റെ കാവ്യനിലപാടുകളെ അക്കിത്തം കാണുന്നത് എങ്ങനെയാണ്?

കവിതയിൽ മാറ്റം വന്നിട്ടില്ല. നല്ല കവിത എഴുതാനും ആസ്വദിക്കാനും അറിയുന്നയാളാണ് സച്ചിദാനന്ദൻ. നല്ല കവിയാണ്. 'ഇവനെക്കൂടി', 'വിലങ്ങനിൽ' എന്നിവ മലയാളത്തിലെ മികച്ച കവിതകളാണ്. ഒരു കൊല്ലം മുൻപ് അദ്ദേഹം എഴുതിയ ഒരു ഗദ്യകവിതയും അസ്സലായിരുന്നു.

സച്ചിദാനന്ദന്റെ തലമുറയിലെ മറ്റു കവികളിൽ ഈ ഗുണം കാണുന്നുണ്ടോ?

ബാലചന്ദ്രൻ ചുള്ളിക്കാടിന്റെ കവിതകൾക്ക് കൃത്രിമത്വമില്ല. ബാലചന്ദ്രൻ വൃത്തത്തിൽ എഴുതിയതാണ് ബാക്കിനില്ക്കുക എന്നുമാത്രം. എസ്. രമേശൻ നായരുടെയും എൻ.കെ. ദേശത്തിന്റെയും കവിതകളും നില്ക്കും. വി.വി.കെ. വാലത്തിന്റെ ഗദ്യകവിതകൾ ശ്രേഷ്ഠമാണ്. എം.ആർ.ബിയുടെ ഗദ്യകവിതകളും അസ്സലാണ്.

ഇപ്പോൾ ഗദ്യകവിതകളുടെ പ്രളയമാണല്ലോ? അക്കിത്തം ഈ കവിതകളെ എങ്ങനെ വായിക്കുന്നു?

ഒന്നും മനസ്സ്ലാവ്ണില്യ. മനസ്സിലാവാത്തതിനെപ്പറ്റി എന്താ പറയ്യാ.

പുതിയ തലമുറ ഗദ്യത്തിൽ മാത്രമിങ്ങനെ അഭിരമിക്കുന്നത് കൃത്യമായ കാവ്യശിക്ഷണത്തിന്റെ കുറവുകൊണ്ടാണോ?

കവിത എഴുത്തിന് തപസ്സ് വേണം. ഇപ്പോൾ കവിത എഴുതലല്ല പ്രധാനം. കവിയാകണം; പേരുണ്ടാവണം എന്നേയുള്ളൂ. മനസ്സിലെ കവിത എഴുതി ഫലിപ്പിക്കാനുള്ള പ്രയാസം തന്നെയാണ് തപസ്സ്. അതിനു ക്ഷമ വേണം. ക്ഷമയില്ലായ്മയാണ് പുതുതലമുറയുടെ പ്രധാനപ്രശ്നം.

കവിതയിൽ മാത്രമല്ല എല്ലാ മേഖലകളിലും മാറ്റങ്ങൾ ആവശ്യമല്ലേ? ഈ മാറ്റത്തെ ഉൾക്കൊള്ളാനും തയ്യാറാകേണ്ടതല്ലേ എന്ന് പുതുക്കക്കാർ ചോദിച്ചാലോ?

എനിക്ക് ചിത്രകലയിലും താത്പര്യമുണ്ട്. സാങ്കേതികതയുടെ വരവ് ചിത്രകാരന് പ്രതിസന്ധിയായി. രവിവർമ്മച്ചിത്രങ്ങൾ നോക്കൂ. നേർക്കാഴ്ചയാണ് അദ്ദേഹം വരച്ചത്. ഫോട്ടോഗ്രാഫി വന്നപ്പോൾ റിയലിസം അന്യം നിന്നു. ചിത്രകലയിൽ അബ്സ്ട്രാക്റ്റ് പെയിന്റിങ്ങ് വന്നു. പുതിയ തലങ്ങൾ വന്നു. 1960 മുതൽ ഈ മാറ്റങ്ങൾ കണ്ടു തുടങ്ങി. എന്റെ അനുജൻ അക്കിത്തം നാരായണനൊക്കെ പുതിയ ശൈലി ഉണ്ടാക്കി. നമ്പൂതിരിയും സ്വന്തമായ ശൈലി സൃഷ്ടിച്ചു. (ഈയിടെ നമ്പൂതിരി ഇവിടെ വന്നിരുന്നു. എന്നെ ഇരുത്തി വരച്ചു. ഗംഭീരമായി. കണ്ടവരെല്ലാം ഇതുതന്നെ പറയുന്നു. നേർത്ത വരകൾ, വിശ്വഹൃദയം വരച്ചുവയ്ക്കുന്നതിൽ നമ്പൂതിരിയെ വെല്ലുന്ന ഒരാൾ ലോകത്തൊരിടത്തും ഇല്ല. കവിതയിൽ മാറ്റം ആവശ്യമാണ്. സ്വന്തം ഒച്ച കേൾപ്പിക്കാൻ വേണ്ടി ജാതിത്തങ്ങൾ കാണിക്കലായി ഇന്നു കവിത. ഞാൻ എന്റെ മനസ്സിലുള്ളത് തുറന്നെഴുതുന്നു. നല്ലതു സ്വീകരിക്കപ്പെടും. അല്ലാത്തതു പോകും. മനസ്സിലെ ആനന്ദത്തിന് രൂപം കൊടുക്കലാണ് കവിത. യഥാതഥമായ രൂപാവിഷ്കാരം ചിത്രകലയിൽ വിഷമമായിത്തുടങ്ങിയപ്പോൾ ചിത്രകാരന്മാർ സ്വന്തം വഴി തേടി. വി. മധുസൂദനൻ നായർ ഇവിടെ വന്നിരുന്നു. അദ്ദേഹം അമേരിക്കയിൽ പോയി. അവിടെ അർത്ഥമില്ലാത്ത കവിതയിൽനിന്ന് ഇപ്പോൾ അർത്ഥമുള്ള കവിതകൾ വരുന്നു. സംഗീതപ്രധാനമാവുന്നു കവിത എന്നൊക്കെ കണ്ടെത്തി. കവിതയിൽ ദൃഢനിയമങ്ങളുണ്ടാവലാണ് വൃത്തം. താളപ്രധാനമാവലുമാണത്. എഴുത്തുകാരന്റെ ലക്ഷ്യം വായനക്കാരന്റെ മനസ്സിൽ സന്തോഷമുണ്ടാക്കലാണ്. ഈശ്വരനും കവിതയും ഒന്നാണ്. അവനവന്റെ മനസ്സിൽ സന്തോഷം ഉണ്ടെങ്കിലേ അതു സാധിക്കൂ. ക്ഷേത്രനടയ്ക്കൽ പോയി തൊഴുതാലുണ്ടാവുന്ന സന്തോഷം കവിത വായിച്ചാലും ഉണ്ടാകണം. ബ്രഹ്മാനന്ദത്തിന്റെ സഹോദരനാണ് കവി.

രണ്ടും നമ്മുടെ മനസ്സിൽ ഉണ്ടാക്കാൻ ആഗ്രഹിക്കുന്നത് ആനന്ദ മാണ്. കലകളുടെയെല്ലാം ലക്ഷ്യം ബ്രഹ്മാനന്ദമാണ്.

ജി. ശങ്കരക്കുറുപ്പ്, വൈലോപ്പിള്ളി, ഇടശ്ശേരി, പി. കുഞ്ഞിരാമൻനാ യർ, ബാലാമണിയമ്മ ഇവർ ഒരേ കാലത്തു ജീവിച്ചു. അവരുടെ ആശയമണ്ഡലവും ഭാഷയും സൗന്ദര്യശാസ്ത്രവും വിഭിന്നമായി രുന്നു. ഇന്ന് മലയാളത്തിൽ അങ്ങനെയൊരു കാവ്യ കാലാവസ്ഥ കാണുന്നില്ല. എന്തുകൊണ്ടാണത്?

കവിത എഴുത്തിനെ ആരും ഗൗരവപ്രക്രിയയായി ഇന്നു കാണുന്നില്ല. എന്തെങ്കിലും നാലുവരി എഴുതി കവിതയുടെ ശീർഷകത്തിൽ അച്ചടി ക്കുകയാണ്. വിദ്യാലയങ്ങളിൽ വൃത്താലങ്കാരം പഠിപ്പിക്കേണ്ടതില്ല. പാഠപുസ്തക നിർമ്മാതാക്കൾക്കാണ് കഥയില്ലായ്മ. ക്ലാസ്സുമുറികളിൽ ഇല്ലാതായിത്തീർന്ന വൃത്താലങ്കാര ശാസ്ത്രപഠനം കവിതയെ ബാധി ച്ചിട്ടുണ്ട്. കുട്ടികൃഷ്ണമാരാർ, എൻ.വി. കൃഷ്ണവാരിയർ, എം. കൃഷ്ണൻനായർ എന്നിവർ ഭാഷയ്ക്കും സാഹിത്യത്തിനും നൽകിയ സംഭാവനകൾ നമ്മൾ ഓർമ്മിക്കണം. ഇന്ന് ജീവിച്ചിരിക്കുന്ന ഏറ്റവും നല്ല സാഹിത്യ അദ്ധ്യാപകർ ഡോ. കെ.ജി. പൗലോസും ഡോ. ചാത്ത നാത്ത് അച്യുതനുണ്ണിയുമാണ്. ഇവരുടെ സംഭാവനകൾ നമ്മൾ കണ ക്കിലെടുക്കണം. പന്തളത്തിന്റെയും പി.വി. കൃഷ്ണവാരിയരുടെയും കവനകൗമുദി, കെ.കെ. രാജാവിന്റെ കവനകൗതുകം എന്നീ മാസിക കളിലാണ് കവിത അഭയം തേടിയിരിക്കുന്നത്. കരിക്കുലമൊക്കെ ഉണ്ടാ ക്കുമ്പോൾ ഇവരുടെയൊക്കെ സഹായം തേടണം. ലീലാവതി, കെ.പി. ശങ്കരൻ, ആത്മാരാമൻ ഇവരെ മറക്കരുത്. നേരത്തെ പറഞ്ഞ കവി കൾക്കൊപ്പം എൻ.വിയെയും ബാലാമണിയമ്മയെയും ഉൾപ്പെടു ത്തണം.

അക്കിത്തത്തിന്റെ മനസ്സിലുള്ള അനശ്വര കവികൾ ആരൊക്കെ യാണ്?

അതു വിഷമമാണ് പറയാൻ. ഒറവങ്കര, കുമാരനാശാൻ, ഉള്ളൂർ, വള്ളത്തോൾ, ചങ്ങമ്പുഴ, നാലപ്പാട്ട്, കുട്ടമത്ത്, വെണ്ണിക്കുളം, ജി. ശങ്കര ക്കുറുപ്പ്, പി. കുഞ്ഞിരാമൻനായർ, ഇടശ്ശേരി, വൈലോപ്പിള്ളി, എൻ.വി. ബാലാമണിയമ്മ, പാലാ. കൃതി വലുത് വീക്ഷണം കുറവ്. അങ്ങ നെയും കവികളുണ്ട്. കുട്ടമത്തിന്റെ ബാലഗോപാലൻ എന്ന നാടകം

നില്ക്കും. പാലായുടെ കേരളം വളരുന്നു എന്നു തുടങ്ങുന്ന രണ്ടു വരികൾ അനശ്വരമാകുന്നു.

> അക്കിത്തം ധാരാളം ലേഖനങ്ങൾ എഴുതിയിട്ടുണ്ട്. ആരുടെ ഗദ്യത്തോടാണ് മമത?

മാരാരുടേയും നാലപ്പാടിന്റേയും. മാരാരുടെ മലയാളശൈലി പഠിച്ചാൽ മറ്റൊന്നും വേണ്ട. ആ പുസ്തകം പുറത്തിറങ്ങിയ കാലത്ത് പതിമൂന്നു തവണ വായിച്ചു. പുസ്തകത്തിലെ തെറ്റുകൾ കണ്ടുപിടിക്കണമെന്ന് മാരാർ നിർദ്ദേശിച്ചിരുന്നു. ഞാൻ അതു കണ്ടെത്തി മാരാർക്ക് കത്തയച്ചു.

> അക്കിത്തം കവിതയുടെ മികച്ച പഠിതാക്കൾ ഒരേസമയം ഒളപ്പമണ്ണയെയും പഠിച്ചവരാണ്? കെ.പി. ശങ്കരനും ആത്മാരാമനും പിന്നെ ആർ. വിശ്വനാഥൻ, ഡോ. എം. ലീലാവതി, ഡോ. എസ്.കെ. വസന്തൻ. ഈ വസ്തുത ശ്രദ്ധിച്ചിട്ടില്ലേ?

ഇവരൊക്കെ കവിത തിരിച്ചറിയാൻ കഴിവുള്ളവരാണ്.

> പുതിയ നിരൂപകരിൽ കവിത തൊട്ടറിയാൻ കഴിവുള്ളവർ കുറവാണ്. ഏതു കാലത്തെ ഏതു കവിതയെയും തിരിച്ചറിയാൻ കഴിവുണ്ട് കെ.കെ. ഹിരണ്യന്. പക്ഷേ, ഹിരണ്യനൊന്നും എഴുതുന്നില്ലല്ലോ?

നല്ല കവിത ഉണ്ടാവാത്തതു കൊണ്ടാണ് നല്ല നിരൂപകർ ഉണ്ടാകാത്തത്. രണ്ടു മനസ്സുകളെ യോജിപ്പിക്കുന്ന ഒരു പാലമാണത്.

> ശ്രദ്ധിക്കപ്പെടാതെ പോയ കവികളുണ്ട് മലയാളത്തിൽ. പുലാക്കാട്ടു രവീന്ദ്രനൊക്കെ നല്ല കവിയായിരുന്നിട്ടുകൂടി ആ കാലം അദ്ദേഹത്തെ തിരിച്ചറിഞ്ഞില്ലല്ലോ?

ശരിയാണത്. രവീന്ദ്രൻ നല്ല കവിയായിരുന്നു. കെ.വി. രാമകൃഷ്ണന്റെയൊക്കെ ഒപ്പം രവീന്ദ്രന്റെ കവിതകൾ സമാഹരിക്കാൻ ഞാനും സഹകരിച്ചിട്ടുണ്ട്.

> അക്കിത്തത്തിന്റെ രാഷ്ട്രീയം എപ്പോഴും സംശയാസ്പദമാണ്. എന്താണ് രാഷ്ട്രീയം?

ഞാൻ എപ്പോഴും സനാതനധർമ്മത്തിന്റെ ഭാഗത്താണ്. മതത്തിനു മുകളിൽ (താഴെയല്ല) കയറിനിന്നുകൊണ്ട് മനുഷ്യജീവിതപ്രശ്നങ്ങൾ കൈകാര്യം ചെയ്യാൻ കഴിയലാണ് സാഹിത്യത്തിന്റെ ധർമ്മം.

ആനന്ദിന്റെ രാഷ്ട്രീയ ലേഖനങ്ങൾ വായിക്കാറുണ്ടോ?

പണ്ടൊക്കെ വായിച്ചു; ആനന്ദിനെ ഈയിടെയൊന്നും കാര്യമായി വായിക്കാറില്ല.

അക്കിത്തത്തിന് കവിതയെഴുത്ത് ലക്ഷ്യാത്മകമാണോ?

ധാർമ്മികത എന്ന ലക്ഷ്യം എപ്പോഴും ഉണ്ടായിരുന്നു.

ആകാശവാണി
കോഴിക്കോട്, തൃശൂർ

ആയിരത്തിത്തൊള്ളായിരത്തി അമ്പത്തിആറു മുതൽ ആയിരത്തിത്തൊള്ളായിരത്തി എൺപത്തിയഞ്ചു വരെ കോഴിക്കോട്ടും തൃശൂരും ആകാശവാണിയിൽ ഉദ്യോഗസ്ഥനായിരുന്നു അക്കിത്തം. ആകാശവാണിക്കാലം തന്റെ വ്യക്തിത്വത്തെയും കവിത്വത്തെയും രൂപപ്പെടുത്തിയ കഥ കേൾക്കാൻ താത്പര്യമുണ്ട്.

> അക്കിത്തം, ആകാശവാണി, കോഴിക്കോട് - ഇങ്ങനെയൊരു മേൽവിലാസം ഉണ്ടായിരുന്നുവല്ലോ. ആകാശവാണിയിൽ ചേരാനുണ്ടായ സാഹചര്യം എന്തായിരുന്നു?

അതു കുറച്ചു വിശദീകരിക്കാനുണ്ട്. ജന്മിത്തം നശിക്കും എന്ന പൂർണബോധ്യം വന്ന കാലം. നശിക്കുകയും വേണം. ഇല്ലത്തെ പാട്ടം നില്ക്കും എന്നും മനസ്സിലായി. അയ്യായിരം പറ നെല്ലു പിരിയുന്ന അവസ്ഥ ഉണ്ടായിരുന്നു. അയ്യായിരം ഉറുപ്പിക നികുതി കൊടുക്കുന്നവർക്കേ വോട്ടുള്ളൂ എന്നൊരു കാലം. ഞങ്ങളുടെ കുടുംബത്തിന് വോട്ടുണ്ടായിരുന്നു. പതുക്കെ സ്ഥിതി മോശമായിത്തുടങ്ങി. വലിയച്ഛൻ കിട്ടിയ കാശൊക്കെ സത്ക്കർമത്തിന് ചെലവാക്കി. ചിങ്ങമാവുമ്പോൾ കടം മേടിക്കേണ്ട സ്ഥിതി വന്നു. രണ്ട് ഏക്കർ നിറയെ പയർകൃഷിയായിരുന്നു. പയറങ്ങനെ തെഴുത്തുവന്നാൽ അതിലേക്കു പശുക്കളെ മേയാൻ വിടും. പൈക്കളങ്ങനെ പയർ തിന്ന് വയറു നിറയ്ക്കും. ഇതു വലിയച്ഛന്റെ ഒരു വഴിപാടായിരുന്നു. ദാനധർമങ്ങൾ ചെയ്യുവാനായിരുന്നു അദ്ദേഹത്തിന് എന്നും താത്പര്യം. എല്ലാ മാസവും തിരുവോണ ഊട്ട് ഉണ്ട്. അതിനു വന്നവർക്കൊക്കെ മഞ്ഞപ്പട്ട് ഓണപ്പുടവ കൊടുക്കും. അന്നത്തെ കാലത്ത് പതിനേഴായിരം ഉറുപ്പിക കടം

വന്നു. അനുഭവത്തിൽ മുഴുവൻ കടമായിരുന്നു. കവളപ്പാറ, മുണ്ടക്കോട്ടു കുറുശ്ശി, അരക്കുപറമ്പ് എന്നീ സ്ഥലങ്ങളിലൊക്കെ ഭൂമി ഉണ്ടായിരുന്നു. എല്ലാം വിറ്റു. അച്ഛനാകട്ടെ, യാഗം ചെയ്യാനായിരുന്നു മോഹം. ഞാൻ വേണ്ടാ എന്നു പറഞ്ഞു. ഇങ്ങനെ ഒരു സാഹചര്യത്തിൽ എന്തെങ്കിലും ജോലിയില്ലാതെ വയ്യ എന്നായി. എൻ.വി. കൃഷ്ണവാരിയർ എന്നെ മാതൃഭൂമിയിൽ എടുക്കാൻ വേണ്ടി ശ്രമിച്ചു. ഗ്രാജ്വേറ്റ് അല്ല എന്ന കാരണത്താൽ അവിടെ ജോലി ശരിയായില്ല. ഇടശ്ശേരിയും പി.സിയും ഞാനും കൂട്ടുകൃഷി നാടകവും കൊണ്ടുനടക്കുന്ന കാലം. കൂട്ടുകൃഷിയിൽ ശ്രീധരൻ നായരുടെ വേഷമായിരുന്നു എനിക്ക്. കുടകിലൊക്കെ കൂട്ടുകൃഷി കളിച്ചിട്ടുണ്ട്. മങ്കട പള്ളിപ്പുറത്തിനടുത്ത് ഒരു ദിക്കിൽ നാടകം കഴിഞ്ഞ് ഞങ്ങൾ മടങ്ങുകയാണ്. പൊന്നാനിക്കു ബസ്സു കാത്തു നില്ക്കുന്നതിനടുത്ത് ഒരു ചായപ്പീടികയുണ്ട്. അവിടെ കയറി ഒരു ചായ കുടിച്ചു. ചായപ്പീടികയിൽ മാതൃഭൂമി പത്രമുണ്ട്. അതിലെ ഒരു വാർത്ത ഞങ്ങൾ തമ്മിലൊരു ചർച്ചയ്ക്കു കാരണമായി. കോഴിക്കോട് റേഡിയോസ്റ്റേഷൻ സ്ഥാപിച്ചു എന്നതായിരുന്നു വാർത്ത. ജി. ശങ്കരക്കുറുപ്പ്, വൈലോപ്പിള്ളി, എൻ.വി., ഒളപ്പമണ്ണ എന്നിവർ അതോടനുബന്ധിച്ചുള്ള കവിസമ്മേളനത്തിൽ പങ്കെടുത്തു എന്നും പത്രത്തിലുണ്ടായിരുന്നു. പി. ഭാസ്കരൻ അവിടെ ഉദ്യോഗസ്ഥനുമായി. വാർത്ത വായിച്ചപ്പോൾ പി.സി. ഞങ്ങളോടോ അതോ തന്നത്താനോ പറഞ്ഞു: 'ഞാനൊന്നു ശ്രമിക്കട്ടെ' പി.സിക്ക് മംഗളോദയത്തിലെ ജോലി നഷ്ടപ്പെട്ട സമയമായിരുന്നു. നാടകവുമായിട്ടങ്ങനെ നടക്കുകയാണ് പി.സി. പറഞ്ഞതു കേട്ടപ്പോൾ ഇടശ്ശേരി പറഞ്ഞു, ഞാൻ കേളപ്പൻ നായരോടു പറയാം. ഇടശ്ശേരി കേളപ്പജിയെ അങ്ങനെയാണ് വിളിച്ചിരുന്നത്. അതിനുള്ളൊരു തുല്യത ഇടശ്ശേരിക്കുണ്ടായിരുന്നു. കേളപ്പജിക്കാകട്ടെ നെഹ്റുവുമായിട്ടൊക്കെ നല്ല ബന്ധവുമാണ്. പി.സി.ക്ക് കോഴിക്കോട് ആകാശവാണിയിൽ ജോലി കിട്ടി.

പി.സിക്ക് എന്നെയും അവിടെ ചേർക്കണമെന്നുണ്ടായിരുന്നു. ഒരിക്കൽ കണ്ടപ്പോൾ പി.സി. പറഞ്ഞത് ഇങ്ങനെയാണ്: 'കയ്ക്കോട്ടു കെളയാ ആകാശവാണിയിൽ. നിങ്ങൾക്കൊന്നും അവിടെ ജോലി ചെയ്യാൻ പറ്റില്ല' ഇതേ പി.സി. തന്നെ ഗുരുവായൂരപ്പൻ കോളേജിൽ പഠിച്ചിരുന്ന എന്റെ അനിയന്റെ കൈയിൽ ഒരു കത്തു കൊടുത്തയച്ചു. അസിസ്റ്റന്റ് സ്റ്റേഷൻ ഡയറക്ടർ പി.വി. കൃഷ്ണമൂർത്തിക്ക് ഉടനെ എന്നെ കാണണം. കത്തുകിട്ടിയ മുറയ്ക്ക് ചെല്ലാനായിരുന്നു എഴുതിയിരുന്നത്. പി.വി. കൃഷ്ണമൂർത്തിയും ഞാനുമായുള്ള ബന്ധത്തിന്

ഒരു പിൻകഥയുണ്ട്. തൃശൂർ ടൗൺഹാളിൽ ഒരു കവിസമ്മേളനം. കോഴിക്കോട് റേഡിയോസ്റ്റേഷന്റെ പ്രോഗ്രാമാണ്. മഹിഷാസുരമർദ്ദിനി എന്ന കവിതയാണ് ഞാൻ അവിടെ വായിച്ചത്. വിരഹദുഃഖം അനുഭവിക്കുന്ന ഭാര്യമാരുടെ കഥയാണ് കവിതയിലെ പ്രമേയം.

> പുറമേ ശാന്തയാം നിന്റെ
> നില്പു കണ്ടു ലയിക്കവേ
> അനന്തവിരഹത്തിന്റെ
> ഘനബാഷ്പം രുചിപ്പു ഞാൻ
> സീതയൂർമ്മിള സാവിത്രി
> ദമയന്തീ ശകുന്തള
> പട്ടാളത്തിൽ പോയവന്റെ
> പന്തികൂടിയഹർന്നിശം
> ജീവിക്കുന്നൂ നിന്നിൽ
> നിത്യരാഗവേദനയാണു നീ.

ഈ വരികൾ ചൊല്ലിയപ്പോൾ വല്ലാത്ത കയ്യടി. പി.എ. വാരിയരൊക്കെ എണീറ്റുനിന്നു കയ്യടിച്ചു. കൃഷ്ണമൂർത്തി വന്ന് എന്നെ കെട്ടിപ്പിടിച്ചു. അത് വല്ലാത്തൊരു സംഭവമായി. കൃഷ്ണമൂർത്തി ഡൽഹിക്ക് എഴുതി, മൂന്ന് പോസ്റ്റ് അനുവദിപ്പിച്ചു. കെ.എ. കൊടുങ്ങല്ലൂരിനെയും കക്കാടിനെയും വച്ചു. അബ്ദുറഹിമാൻ സാഹിബ് തെരുവിൽനിന്ന് എടുത്തു വളർത്തിയ കുട്ടിയാണ് കൊടുങ്ങല്ലൂർ. കക്കാട് മംഗലാപുരത്ത് ട്യൂട്ടോറിയൽ കോളേജിൽ പഠിപ്പിക്കുകയായിരുന്നു.

ഞാൻ കോഴിക്കോട്ട് ചെന്നു. 1956 ജൂൺ 18-ാം തീയതി. ഇന്റർവ്യൂ ഒന്നുമില്ല. ബുദ്ധജയന്തിയുമായി ബന്ധപ്പെട്ട പരിപാടികളുടെ കാലമായിരുന്നു. ബുദ്ധന്റെ രണ്ടായിരത്തിയഞ്ഞൂറു കൊല്ലം തികയുന്ന ആഘോഷം. അതു വിഷയമായ ഒരു നാടകം ആകാശവാണി സംപ്രേഷണം ചെയ്തിരുന്നു. അതിൽ ഒരു കഥാപാത്രത്തിനു ശബ്ദം കൊടുത്തു. രാത്രി ഒമ്പതേകാലിന്. അതും കഴിഞ്ഞ് പിറ്റേദിവസം തിരിച്ചുപോന്നു.

അതിനു മുമ്പ് ആകാശവാണിയിൽ കവിതയോ മറ്റോ വായിച്ചിട്ടുണ്ടോ?

മാലി - മാധവൻനായർ - വിളിച്ച് തിരുവനന്തപുരം റേഡിയോസ്റ്റേഷനിൽ കവിത വായിച്ചിട്ടുണ്ട്. പെട്ടെന്ന് എത്തണമെന്നതിനാൽ

എറണാകുളത്തു നിന്ന് വിമാനത്തിലാണ് തിരുവനന്തപുരത്തേക്കു പോയത്. ഇരുപത്തിയഞ്ച് ഉറുപ്പികയായിരുന്നു വിമാനക്കൂലി. പട്ടേൽ മരിച്ചതിനാൽ പ്രോഗ്രാം നീട്ടുകയും ചെയ്തു. മൂന്നു ദിവസം അവിടെ താമസിച്ചു. മൂന്നാം ദിവസമാണ് കവിത വായിക്കാൻ കഴിഞ്ഞത്. അത് അമ്പത്തിമൂന്നിലാണെന്നാണ് ഓർമ്മ.

അന്ന് തിരിച്ചുപോന്നതിനുശേഷം ഔദ്യോഗിക ജീവിതം ആരംഭിച്ചത് എന്നുമുതല്ക്കാണ്? വാർത്തയിൽ ചോദിക്കുന്നതുപോലെ ചോദിക്കട്ടെ: എന്തൊക്കെയാണ് അതിന്റെ വിശദാംശങ്ങൾ?

1956 ജൂലൈ 1ന് ഡ്യൂട്ടി തുടങ്ങി. ഇന്ന സമയം എന്നൊന്നില്ല. എപ്പഴും വേണം. ആവശ്യമുള്ളപ്പോഴൊക്കെ. ആദ്യമൊക്കെ ഉച്ചയ്ക്ക് ഒരു മണി മുതൽ രാത്രി പന്ത്രണ്ടുമണിവരെയായിരുന്നു. പത്തരമണിക്ക് പരിപാടികൾ തീരും. യുദ്ധകാലമായിരുന്നു. മൂന്നുതവണ യുദ്ധമുണ്ടായി. പാക്കിസ്താനും ചൈനയും ഇന്ത്യയെ ആക്രമിച്ചു. ആ സമയത്ത് ടോപ്പിക്ക് ഫോർ റ്റുഡെ എന്നൊരു പ്രോഗ്രാം ഉണ്ടായിരുന്നു. രാത്രി ഒമ്പതേകാലിന് ഡൽഹിയിൽ നിന്ന് ബ്രോഡ്കാസ്റ്റ് ചെയ്യും. അഞ്ചു മിനുട്ടാണ്. പക്ഷേ, പതിനഞ്ച് മിനുട്ടിനുള്ള മാറ്റർ അതിലുണ്ടാകും. അതു കൺട്രോൾ റൂമിൽ റെക്കോർഡ് ചെയ്യും. എന്നിട്ടതു പ്ലേ ചെയ്തു കേൾക്കും. അതുകേട്ട് കാര്യങ്ങൾ മനസ്സിലാക്കി പിറ്റേ ദിവസം രാവിലെ ഏഴരയ്ക്കുള്ള 'ഇന്നത്തെ ചിന്താവിഷയ'ത്തിലേക്ക് സ്ക്രിപ്റ്റ് ആക്കി എടുത്തു പറയണം. ഡൽഹിയിൽനിന്നു ബ്രോഡ്കാസ്റ്റ് ചെയ്യുന്നത് ഇംഗ്ലീഷിലാണ്. ഇംഗ്ലീഷ് എന്നാലോ, ഒരു ശബ്ദമങ്ങനെ കേൾക്കും. അതിൽ പറയുന്നത് എന്ത് എന്നു കുറച്ചെങ്കിലും മനസ്സിലാവാൻ ചുരുങ്ങിയത് എട്ടുപ്രാവശ്യമെങ്കിലും കേൾക്കണം. യുദ്ധത്തെക്കുറിച്ചുള്ള കാര്യങ്ങളായതിനാൽ ഊഹംവച്ച് എഴുതാനും പറ്റില്ല. ഒരിക്കൽ ഞാൻ ഇന്നത്തെ ചിന്താവിഷയം അവതരിപ്പിച്ചപ്പോൾ പ്രധാനമന്ത്രി വി.കെ. കൃഷ്ണമേനോൻ എന്നു പറഞ്ഞതായി ആക്ഷേപം വന്നു. ഒരു വാചകത്തിന്റെ അവസാനത്തിൽ സംസാരിക്കുകയായിരുന്നു പ്രധാനമന്ത്രി എന്ന് കഴിഞ്ഞ് ഫുൾസ്റ്റോപ്പുണ്ട്. വി.കെ. കൃഷ്ണമേനോൻ എന്നത് അടുത്ത വാചകമാണ്. തെറ്റിപ്പറഞ്ഞാൽ, യുദ്ധകാര്യമായതിനാൽ അറസ്റ്റിനുവരെ സാധ്യതയുണ്ട്. ഞാൻ ഡയറക്ടർക്ക് സ്ക്രിപ്റ്റ് കാണിച്ചുകൊടുത്തു. അതിൽ വ്യക്തമായിത്തന്നെ ഫുൾസ്റ്റോപ്പ് ഉണ്ടായിരുന്നു. ഒരു ദിവസം എത്ര കേട്ടിട്ടും ഒന്നും

മനസ്സിലാവുന്നില്ല. ഞാൻ ഡയറക്ടറെ വിളിച്ചു. അദ്ദേഹം താമസ സ്ഥലത്തുനിന്ന് എത്തി. അദ്ദേഹവും പല തവണ കേട്ടു. അദ്ദേഹ ത്തിനും ഒന്നും മനസ്സിലായില്ല. അക്കിത്തത്തിന് തോന്നിയപോലെ എഴു തിക്കോളൂ എന്നുപറഞ്ഞ് ഡയറക്ടർ പോയി.

ഇംഗ്ലീഷിൽ കേട്ട് മലയാളത്തിലേക്കു തർജ്ജമ ചെയ്യും. എന്നിട്ട് വേറെ ടേപ്പിലേക്ക് സംസാരിക്കും. ചിലപ്പോൾ എഞ്ചിനിയർ സഹായ ത്തിനുണ്ടാകും. അല്ലെങ്കിൽ സാങ്കേതിക വശങ്ങളും നമ്മൾ ചെയ്യ ണം. പിന്നീടത് CVC Sheetൽ എഴുതണം. അതു പെട്ടിയിൽ വച്ചു വേണം തിരിച്ചുപോരാൻ. നമ്മൾ അങ്ങനെ വച്ചിട്ടുണ്ട് എന്ന് പ്യൂണിനെ ബോധ്യപ്പെടുത്തുകയും വേണം. അന്നൊക്കെ അനൗൺസർമാരെ കിട്ടാനും പ്രയാസമായിരുന്നു. പലപ്പോഴും ആ പ്രവൃത്തിയും ചെയ്യേണ്ടി വരും. പി.സി., കൊടുങ്ങല്ലൂർ, കക്കാട്, തിക്കൊടിയൻ ഇവരൊക്കെ ഇങ്ങനെ ഈ ജോലി ചെയ്തിട്ടുണ്ട്. രാത്രി തിരിച്ചുപോ രാൻ ഓഫീസ് കാറുണ്ടാകും. കോഴിക്കോട്ട് ഏഴു സ്ഥലത്ത് താമസി ച്ചിട്ടുണ്ട്. പുതിയ പാലം, പുതിയറ, തിരുവണ്ണൂർ, ചെറൂട്ടി റോഡ്, ദേശ പോഷിണി വായനശാലയ്ക്കടുത്ത് ഇങ്ങനെ. റെയിൽവേസ്റ്റേഷനു പിന്നിൽ മഞ്ചേരി രാമയ്യരുടെ വീടിനു മുകളിൽ സി. കൃഷ്ണൻമൂസ്സും എം.ടി. വാസുദേവൻ നായരും ഞാനും താമസിച്ചിട്ടുണ്ട്. അന്നൊക്കെ ഞാൻ നല്ലപോലെ മുറുക്കുമായിരുന്നു. ഞാൻ മുറുക്കിത്തുപ്പിയത് കൂന യായത് കഴുകിച്ച കഥയൊക്കെ എം.ടി. ഒരു പ്രസംഗത്തിൽ പറഞ്ഞ പ്പോൾ ഞാൻ ആ കാലത്തിലേക്കു തിരിച്ചുപോയി. കക്കാടും സി. കൃഷ്ണൻനായരും ഞാനും ഒരുമിച്ച് താമസിച്ചിട്ടുണ്ട്. പിന്നെ ചെറൂട്ടി റോഡിൽ ഗാന്ധിഗൃഹത്തിൽ സ്വയം പാചകമൊക്കെയായി ക്കഴിഞ്ഞു. ഗംഗാധരൻ നമ്പൂതിരി, കെ. ബാലകൃഷ്ണൻനായർ, എസ്. സുന്ദർദാസ് എന്നിവർ ഒപ്പം ഉണ്ടായിരുന്നു. ബാലകൃഷ്ണൻനായർ അന്ന് ഗാന്ധിഗൃഹം സെക്രട്ടറിയാണ്. മകൻ സുന്ദർദാസ് കോളേജിൽ പഠിക്കുകയാണ്. സുന്ദർദാസ് പിന്നെ ഇന്ത്യ റ്റുഡെയിലൊക്കെയു ണ്ടായി. ഇ.എം.എസ്സിന്റെ മകൻ ഇ.എം. ശ്രീധരനും അന്നവിടെയു ണ്ടായിരുന്നു. ആ കാലത്താണ് കുമരനല്ലൂരിലെത്താൻ മനസ്സ് ആഗ്ര ഹിച്ചിരുന്നത്.

കോഴിക്കോടുള്ള കടൽക്കരയിൽ
കേഴും കരളുമായ് ഞാനിരിക്കെ
ഓരോപിടിയായ് മണലരിച്ചി-
ട്ടോരോ പിടിയരി സംഭരിക്കെ

എത്രനൂറ്റാണ്ടായ് തുടങ്ങിയിട്ടീ-
യധ്വരമെന്നുഞാൻ വിസ്മയിക്കെ
ചുടുവേർപ്പുതുള്ളി തുടയ്ക്കുവാനെൻ
നിടിലത്തിൽ നിദ്ര പുരട്ടുവാനും
കുതികാലിലെത്തും കുളിർത്തകാറ്റേ
കുമരനല്ലൂരിൽ ചെന്നെത്തുമോ നീ

എന്ന വരികളൊക്കെ നാട്ടിലെത്താനുള്ള തിടുക്കത്തിൽനിന്നുണ്ടായ താണ്.

ബലിദർശനം എന്ന മികച്ച കാവ്യം ആകാശവാണിക്കുവേണ്ടി എഴുതിയതാണെന്നു കേട്ടിട്ടുണ്ട്?

ഓണത്തിന് പൂരാടം മുതൽ ചതയം വരെ ഓണം വിഷയമായി എന്തെങ്കിലും ബ്രോഡ്കാസ്റ്റ് ചെയ്യണം. പതിനഞ്ചു മിനുട്ടാണ് സമയം. അന്ന് റേഡിയോയ്ക്ക് നല്ല ശ്രോതാക്കളാണ്. ടി.വിയൊന്നും ആയിട്ടില്ല. അന്ന് ഞാൻ തിരുവണ്ണൂർ കോവിലകത്തായിരുന്നു താമസം. മഹാബലി വിഷയമായിവരുന്ന ഒരു കാവ്യം എഴുതി. ബ്രോഡ്കാസ്റ്റ് ചെയ്ത ആദ്യ ദിവസം തന്നെ വി.എം. നായർ വിളിച്ചു. കവിത മാതൃഭൂമിക്ക് തരണം എന്നു പറഞ്ഞു. പിറ്റേ ദിവസം എം.ടിയും വിളിച്ചു. മാതൃഭൂമിക്കു തരണം എന്നു പറയാൻ. ഇടശ്ശേരിയും കവിത കേട്ടു. സത്യത്തിനുവേണ്ടി മഹാബലി തലകാണിച്ചു കൊടുത്തു എന്ന രീതിയിൽ ഇടശ്ശേരി കവിതയെഴുതിയിട്ടുണ്ട്. ബലിദർശനത്തിൽ അഹങ്കാരത്യാഗമാണ് ഞാൻ വിഷയമാക്കിയത്. ഇടശ്ശേരിയുടെയും എന്റെയും വ്യൂ പോയിന്റിൽ വ്യത്യാസം ഉണ്ടായിരുന്നു. ഇതു സംബന്ധിച്ച് ഇടശ്ശേരിക്കു ചെറിയൊരു അഭിപ്രായവ്യത്യാസം തോന്നിയത് അദ്ദേഹം പറയുകയും ചെയ്തു. ഓരോ കവിക്കും ഓരോ വ്യൂപോയിന്റുണ്ട്. അതിനുള്ള സ്വാതന്ത്ര്യവും ഉണ്ട് എന്ന് ഇടശ്ശേരി പറഞ്ഞു. പിന്നീട് ഭാഗവതം ഗാഢമായി വായിച്ചപ്പോൾ ഞാൻ എഴുതിയതു ശരിയെന്ന് എനിക്കു ബോധ്യപ്പെട്ടു. ഞാൻ ഉണ്ട് എന്നതു തോന്നലാണ്. ഈശ്വരൻ മാത്രമേ ഉള്ളൂ. ഇതാണ് എന്റെ വ്യാഖ്യാനം. അത് അവനവന്റെ കർമ്മംകൊണ്ട് ബോധ്യപ്പെടുത്തുകയാണ് ബലി ചെയ്തത്.

ദാനം ചെയ്തതെന്റെ
സമ്പാദ്യം മാത്രം
എന്നഹങ്കാരം മാത്രം

അതുഞാൻ ചെയ്തപ്പോൾക്കൈ-
വന്നതല്ലല്ലീ സനാതനമാം
വീരസ്വർഗ്ഗം

എന്ന വരികൾ അതു ശരിവയ്ക്കുന്നും ഉണ്ട്.

കുട്ടിക്കവിതകളുടെ പിറവിയും ആകാശവാണിക്കുവേണ്ടിയായിരുന്നുവോ?

അതെ. അതിനും ഒരു പശ്ചാത്തലം ഉണ്ട്. ചെങ്കളത്ത് പാറുക്കുട്ടി അമ്മ പ്രൊഡ്യൂസറായി വന്നു. ലേഡി വിദ്വാൻ പരീക്ഷ പാസ്സായി ഗണപത് ഹൈസ്കൂളിൽ ജോലി ചെയ്തതിനു ശേഷമാണ് അവർ ആകാശവാണിയിൽ ചേരുന്നത്. അനൗൺസർ ലക്ഷ്മീദേവി അവരുടെ മരുമകളായിരുന്നു. പാറുക്കുട്ടി അമ്മ അപേക്ഷിച്ചതും ജോലി കിട്ടി. അതിൽ അവർതന്നെ അത്ഭുതപ്പെട്ടിട്ടുണ്ടത്രെ. ആഴ്ചയിൽ അരമണിക്കൂർ സ്ത്രീകൾക്കായും കുട്ടികൾക്കായും പ്രോഗ്രാം ഉണ്ടാക്കലാണ് അവർക്കു ജോലി. ഞാൻ അവിടെയുള്ളതുകൊണ്ട് ആത്മവിശ്വാസമായി എന്ന് അവർ പറഞ്ഞു. പാറുക്കുട്ടി അമ്മ ഒറ്റപ്പാലം സാഹിത്യപരിഷത്തിനു വന്നിരുന്നു. ഞാനവിടെ വായിച്ച 'കണ്ടവരുണ്ടോ' എന്ന കവിത പാറുക്കുട്ടിഅമ്മയ്ക്ക് ഇഷ്ടപ്പെട്ടിരുന്നു. ആ മട്ടിലുള്ള കവിതകൾ എഴുതിയാൽ നന്നായിരുന്നു എന്ന് അവർ പറഞ്ഞു. ഒരു മാസം അതങ്ങനെ മനസ്സിൽ കൊണ്ടുനടന്നു. കവിത മനസ്സിലിട്ടങ്ങനെ ഉറങ്ങിയ ഒരു രാത്രി. കാശി തൻ ബന്ധുവീടാണെന്നുണ്ടോ? എന്ന വരി കിട്ടി. ഉറക്കത്തിൽ മനസ്സിലങ്ങനെ വന്നതുപോലെ. കണ്ണുതുറന്നു. എണീറ്റിരുന്നു. കാശിക്കുപോയൊരു പൂശാരിരാമനെ എന്ന വരിയിൽ തുടങ്ങി ഒറ്റയിരിപ്പിന് പന്ത്രണ്ടുവരി എഴുതിത്തീർത്തു. പൂശാരിരാമൻ എന്ന് പേരും ഇട്ടു. എന്റെ, ബ്രോഡ്കാസ്റ്റ് ചെയ്ത ആദ്യത്തെ കുട്ടിക്കവിതയാണ് പൂശാരി രാമൻ. കെ. രാഘവനും ഉണ്ണികൃഷ്ണനും (വീണ) അതിന്റെ സംഗീത സംവിധാനം നിർവഹിച്ചു. പിന്നീട് എൺപതിൽ ചില്വാനം കുട്ടിക്കവിതകൾ എഴുതി.

കുട്ടിക്കവിതകൾ എഴുതുമ്പോൾ മക്കൾ മനസ്സിൽ വരാറുണ്ടോ?

ഉണ്ട്. ഞാൻ ആകാശവാണിയിൽനിന്നു വരുമ്പോൾ, മുത്തച്ഛൻ വരുന്നു എന്നു പറഞ്ഞ് ഓടിയണയാറുള്ള പേരക്കുട്ടികൾ പ്രഹ്ലാദൻ, ശിവനാരായണൻ ഒക്കെ കുട്ടിക്കവിതകളിലെ കഥാപാത്രങ്ങളാണ്.

ബലിദർശനത്തിൽ മകൻ വാസുദേവൻ കഥാപാത്രമാവുന്നുണ്ട്. ആ കവിതകൾ എഴുതുന്ന കാലത്തൊക്കെ കടുത്ത ദാരിദ്ര്യമായിരുന്നു. ആറു മക്കൾ. കോഴിക്കോട് ഒരു കുടുസ്സു വീട്ടിൽ താമസം. നൂറ്റിയിരുപതുറുപ്പിക ശമ്പളം. പി.സി. ചേർന്ന കാലത്ത് എൺപതുറുപ്പികയായിരുന്നു.

ബാലകവിതകളെക്കുറിച്ച് കെ.പി. ശങ്കരന്റെ പഠനമുണ്ടല്ലോ?

ശങ്കരൻ എഴുതിയിട്ടുണ്ട്. ഡി.സി. ബുക്സ് കുട്ടിക്കവിതകൾ സമാഹരിച്ചിറക്കുന്നുണ്ട്.

ആകാശവാണിയിൽ കവി എന്ന പ്രത്യേക പരിഗണന കിട്ടിയിരുന്നുവോ?

റേഡിയോ സ്റ്റേഷനിലേക്കു കുട്ടികൾ എക്സ്കർഷൻ വരുമായിരുന്നു. ഒപ്പമുള്ള അധ്യാപകർ ആദ്യം എന്നെയാണ് വന്നുകാണുക. ഞാനാണ് മേലധികാരി എന്നാണ് അവരുടെ വിചാരം. പിന്നെ, കവിയുമാണല്ലോ. മേലധികാരിയോടു നേരിട്ടു ചോദിച്ചാൽ സാങ്കേതികതകൾ പറയും. അപ്പോൾപ്പിന്നെ എന്നെ നേരിട്ടു കാണുകയാണല്ലോ നല്ലത്. ഈയൊരു അനുഭവത്തിൽനിന്നാണ് പണ്ടത്തെ മേശാന്തി എന്ന കവിതയെഴുതിയത്.

എന്റെയല്ലെന്റെയല്ലിക്കൊമ്പനാനകൾ
എന്റെയല്ലീമഹാക്ഷേത്രവും മക്കളേ

ഇവിടെ മഹാക്ഷേത്രം ആകാശവാണിയാണ്. 'പണ്ടത്തെ മേശാന്തി' ആകാശവാണി അനുഭവമാണ്. ചില സംഗതികൾ കാവ്യബലത്തിനായി കൂട്ടിച്ചേർത്തിട്ടുണ്ട് എന്നുമാത്രം. ഞാൻ സ്വന്തം അമ്പലത്തിൽ കുറച്ചു കാലമേ ശാന്തി കഴിച്ചിട്ടുള്ളൂ.

ആ കവിതയിലെ മേശാന്തി, ആകാശവാണിയിലെ മേശാന്തിയായിരുന്ന അക്കിത്തത്തിന്റെ ആത്മകാവ്യമാണെന്ന് പുതിയൊരു വ്യാഖ്യാനം സൃഷ്ടിച്ചാലോ?

(ഹൃദയപൂർവ്വം ചിരിച്ച്) **ഒ**ട്ടും തരക്കേടില്ല. ഈ മട്ടിലൊരു പഠനത്തിനു സാധ്യതയുണ്ട്. അന്നൊക്കെ നല്ലപോലെ കഷ്ടപ്പെട്ടിട്ടും ഉണ്ട്, ഞാൻ.

ആകാശവാണിയിലെ മറ്റ് എഴുത്തുകാരുമായുണ്ടായിരുന്ന സൗഹൃദം എപ്രകാരമായിരുന്നു?

അതു പറഞ്ഞാൽ തീരില്ല. ഞങ്ങൾക്കിടയിൽ ഒരു അഭിപ്രായവ്യത്യാസവും ഉണ്ടായിരുന്നില്ല. പി.സി., കൊടുങ്ങല്ലൂർ, കക്കാട്, തിക്കൊടിയൻ, ഞാൻ ഒക്കെ എഴുതിയത് പരസ്പരം കാണിക്കും. ചർച്ച ചെയ്യും. ഇടക്കാലത്ത് ഞങ്ങളുടെ കൂട്ടത്തിലേക്കു വിനയനും യു.എ. ഖാദറും വന്നു. വിനയൻ ഡൽഹിയിലുണ്ടായിരുന്ന കാലത്താണ് ഗാന്ധിജിക്ക് വെടിയേല്ക്കുന്നത്. ഗാന്ധിജിയുടെ രക്തം വീണ മണ്ണ് വിനയൻ വീട്ടിൽ സൂക്ഷിച്ചിരുന്നു. ആ മണ്ണിൽ അദ്ദേഹം തെങ്ങുവച്ചു. യൂസഫലി കേച്ചേരിയും ചൊവ്വല്ലൂർ കൃഷ്ണൻകുട്ടിയുമൊക്കെ കുറച്ചുകാലം ആകാശവാണിയിൽ ഉണ്ടായിരുന്നു. ഞങ്ങളിൽ ആർക്കും ഔദ്യോഗികഭാവം ഇല്ലായിരുന്നു. ആദ്യം വരുന്നത് സ്ക്രിപ്റ്റ് റൈറ്റർ ആയിട്ടാണ്. പിന്നെ പ്രൊഡ്യൂസറായും. ഗ്രാജ്വേഷൻ ഇല്ലാത്തതിനാൽ കൊടുങ്ങല്ലൂരിനും എനിക്കും അതാവാൻ സാധിച്ചില്ല. എന്റെ മേലധികാരിയായ പ്രൊഡ്യൂസർ പി.സി. ആയിരുന്നു. കൊടുങ്ങല്ലൂരിന്റെ മേലധികാരി തിക്കൊടിയൻ. കക്കാടിന്റെ മേലധികാരി സുബ്രഹ്മണ്യയ്യർ. നാട്ടിൻപുറത്തിന്റെ സ്ക്രിപ്റ്റ് കക്കാടാണ് തയ്യാറാക്കിയിരുന്നത്. നാടകകാര്യം മുഴുവൻ കൊടുങ്ങല്ലൂരും തിക്കൊടിയനും നോക്കി. ധാരാളം സ്ക്രിപ്റ്റ് വരുമായിരുന്നു. സ്പോക്കൺ വേർഡിന്റെ രേഖകൾ സൂക്ഷിക്കേണ്ടത് ഞാനാണ്. നമ്പറിടുക, വായിച്ചുനോക്കി സ്വീകരിക്കണോ തള്ളണോ എന്നെഴുതുക. ഒക്കെ ജോലിയിൽപ്പെടും. ഓരോന്നിനും രജിസ്റ്ററുണ്ട്. ശരിക്കും ക്ലറിക്കൽ വർക്കുതന്നെ. മൂന്നുമാസം മുമ്പ് പരിപാടി തയ്യാറാക്കി ഡൽഹിക്ക് അയച്ച് പെർമിഷൻ വാങ്ങണം. ആറുമാസം മുമ്പ് വർക്ക് തുടങ്ങണം എന്നു സാരം. ഒരു ഓണത്തിന് പി.സി. കോവിലനെക്കൊണ്ടും പാറപ്പുറത്തിനെക്കൊണ്ടും കഥ എഴുതിച്ചു. മറ്റൊരു വർഷം കവിത മതി എന്നായി പി.സി. ജി. ശങ്കരക്കുറുപ്പിനെയും വൈലോപ്പിള്ളിയെയുമൊക്കെ കിട്ടാൻ പാടാണ്., അക്കിത്തം ചെയ്താൽ മതി എന്ന് പി.സി. പറഞ്ഞു. സ്റ്റാഫ് ആർട്ടിസ്റ്റായതിനാൽ അതിനു പ്രത്യേക പ്രതിഫലമൊന്നുമില്ല. ജോലിയുടെ ഭാഗമായി എഴുതുന്നു എന്നു മാത്രം. എനിക്ക് 1973ൽ കേന്ദ്ര സാഹിത്യ അക്കാദമി അവാർഡ് കിട്ടിയപ്പോൾ ഡയറക്ടർ ജനറൽ, എനിക്കു സ്വീകരണം കൊടുക്കണമെന്നു നിർദ്ദേശിച്ചു. എ.എൻ.കപൂർ ആണ് അന്ന് കോഴിക്കോട് സ്റ്റേഷൻ ഡയറക്ടർ. ആകാശവാണിയിലെ ഒരു സ്റ്റാഫിനു

കേന്ദ്ര സാഹിത്യ അക്കാദമി അവാർഡ് കിട്ടുക എന്നത് അന്ന് വലിയ കാര്യമായിരുന്നു. എനിക്കു മുമ്പ് തമിഴിൽ അഖിലന് മാത്രമേ ദേശീയ അംഗീകാരം കിട്ടിയിട്ടുള്ളൂ എന്നു തോന്നുന്നു. ഏതായാലും എനിക്കുള്ള സ്വീകരണ യോഗത്തിൽ പങ്കെടുക്കാൻ ഡയറക്ടർ ജനറൽ വന്നു. ആ യോഗത്തിൽ വച്ച് എനിക്കു പ്രൊമോഷൻ നല്കുന്നു എന്ന് ഡയറക്ടർ പ്രഖ്യാപിച്ചു. അർഹനായ ഒരാൾക്കായി നീക്കിയിട്ടിട്ടുള്ള ഒരു പോസ്റ്റ് മുമ്പേ ഉണ്ട്. ഡയറക്ടർ ജനറൽ ഡൽഹിയിൽ ചെന്ന് അതു പാസ്സാക്കി. അങ്ങനെ എഡിറ്റർ പോസ്റ്റിൽ എനിക്കു നിയമനം ലഭിച്ചു. തൃശൂർക്കു മാറി. അഖില കേരള സ്റ്റാഫ് ആർട്ടിസ്റ്റ് അസോസിയേഷന്റെ പ്രസിഡന്റായിരുന്നു അക്കാലത്ത് ഞാൻ.

കോഴിക്കോട് ആകാശവാണിയിലായിരുന്നപ്പോൾ എഴുത്തുകാരുടെ സന്ദർശകകേന്ദ്രം കൂടിയായിരിക്കുമല്ലോ ആകാശവാണി? അന്ന് അവിടെ വന്നിരുന്ന എഴുത്തുകാർ ആരൊക്കെയായിരുന്നു?

പതിനഞ്ചു മിനുട്ട് കഥ/കവിത/ലേഖനം എന്നൊരു പ്രോഗ്രാമിനെക്കുറിച്ച് പി.സി. ആലോചിച്ചു. പതിനഞ്ചു മിനുട്ട് Chunk എന്ന് പറയും. എം.ടിയുടെ ഇരുട്ടിന്റെ ആത്മാവ്, അക്കൽദാമയിൽ പൂക്കൾ വിടരുമ്പോൾ, കുട്ട്യേടത്തി എന്നീ കഥകളൊക്കെ ഇവിടെ വന്നു നേരിട്ടു വായിച്ചവയാണ്. ഇരുപത്തിയഞ്ചുറുപ്പികയായിരുന്നു പ്രതിഫലം. വി.കെ.എന്നും പൊറ്റെക്കാടുമെല്ലാം കഥ വായിച്ചിട്ടുണ്ട്. പി. കുഞ്ഞിരാമൻനായർ, ശങ്കരക്കുറുപ്പ്, ഇടശ്ശേരി, പി. ഭാസ്കരൻ, കെ.കെ. രാജാ, എൻ.പി. മുഹമ്മദ്, ചെറുകാട്, കരിമ്പുഴ രാമകൃഷ്ണൻ, പി.പി. ഉമ്മർകോയ, മൊയ്തു മൗലവി, വി.എം. നായർ, ബാലാമണിയമ്മ, കേളപ്പജി, ആർ. രാമചന്ദ്രൻ, ആർ. വിശ്വനാഥൻ, കെ.പി. കേശവമേനോൻ, സി.എച്ച്. കുഞ്ഞപ്പ, എൻ.പി. ദാമോദരൻ, സി.എച്ച്. മുഹമ്മദ്കോയ, മൂർക്കോത്ത് കുഞ്ഞപ്പ, കോന്നിയൂർ ആർ. നരേന്ദ്രനാഥ്, ഇ.എം.ജെ. വെണ്ണിയൂർ, ചിറയ്ക്കൽ ടി. ബാലകൃഷ്ണൻ നായർ, പി.എസ്. നമ്പീശൻ, എം.കെ. സാനു, സുകുമാർ അഴീക്കോട്, ടി.കെ. രവീന്ദ്രൻ, ടി. പത്മനാഭൻ, ശ്രീധരനുണ്ണി, യു.എ. ഖാദർ, സി. രാധാകൃഷ്ണൻ, ആറ്റൂർ രവിവർമ്മ, എം.വി. ദേവൻ, നമ്പൂതിരി അങ്ങനെ കോഴിക്കോട് ആകാശവാണിയിൽ വന്ന് പരിപാടി അവതരിപ്പിച്ചവർ അനവധിയാണ്. ഇ.എം.ജെ. വെണ്ണിയൂർ 'ഇരുപതാം നൂറ്റാണ്ടിന്റെ ഇതിഹാസം' ഇംഗ്ലീഷിലേക്കു തർജ്ജമ ചെയ്തിട്ടുണ്ട്.

ആകാശവാണിക്കുവേണ്ടി പി. കുഞ്ഞിരാമൻ നായരെ ഇന്റർവ്യൂ ചെയ്തിട്ടുണ്ടല്ലോ. കുഞ്ഞിരാമൻ നായർക്ക് കവിതയെഴുത്ത് സുഖമാണോ എന്നായിരുന്നു ആദ്യത്തെ ചോദ്യം. അല്ലേ?

കുഞ്ഞിരാമൻ നായരെ മാത്രമല്ല ഇന്റർവ്യൂ ചെയ്തിട്ടുള്ളത്. ഇടശ്ശേരി, മാധവിക്കുട്ടി, കെ.പി. കേശവമേനോൻ, വി.എം.നായർ, കെ.വി.എം., കെ.കെ. രാജാ, ഒളപ്പമണ്ണ എന്നിവരെയും ഇന്റർവ്യൂ ചെയ്തിട്ടുണ്ട്. ഇതിൽ കുഞ്ഞിരാമൻ നായരുമായുള്ള ഇന്റർവ്യൂ മാതൃഭൂമിയിൽ വന്നു. ഇയ്യങ്കോട് ശ്രീധരനാണ് സ്ക്രിപ്റ്റ് ആവശ്യപ്പെട്ട് അത് എഴുതിയെടുത്തത്. മാധവിക്കുട്ടിയുമായുള്ള ഇന്റർവ്യൂ ഓർമ്മയിലുണ്ട്. 'എന്റെ കഥ' സത്യമാണോ എന്ന് മാധവിക്കുട്ടിയോട് ചോദിച്ചു. 'എന്താ സംശയം! സത്യമാണ്' എന്ന് മാധവിക്കുട്ടി പറഞ്ഞു. സത്യം എന്നാൽ എന്ത് എന്നതിനെക്കുറിച്ച് എനിക്ക് ഒരു സങ്കല്പമുണ്ട് എന്നു ഞാൻ പറഞ്ഞു. എന്റെ സങ്കല്പത്തിലെ സത്യം ഗാന്ധിജിയുമായി ബന്ധപ്പെട്ടതാണ്. എന്റെ സത്യാന്വേഷണ പരീക്ഷകൾ എന്ന പുസ്തകമാണ് 'എന്റെ കഥ' എന്നു പറയാമോ എന്ന് ഞാൻ മാധവിക്കുട്ടിയോടു ചോദിച്ചു. ഗാന്ധിജിയെവിടെ, ഞാനെവിടെ കിടക്കുന്നു എന്നായി മാധവിക്കുട്ടി. അപ്പോൾ അതു സത്യമല്ല എന്നല്ലേ അർത്ഥം എന്ന് മനസ്സിൽ തോന്നി എങ്കിലും ചോദിച്ചില്ല.

ഒളപ്പമണ്ണയും അക്കിത്തവും തമ്മിലുള്ള അഭിമുഖം രസകരമായിരിക്കുമല്ലോ?

അന്ന് എന്തൊക്കെ ചോദിച്ചു എന്ന് ഓർമ്മയില്ല.

അഭിമുഖത്തിനായി മുൻകൂർ തയ്യാറെടുപ്പ് നടത്തിയിരുന്നുവോ?

അവർ വന്നാൽ അഞ്ചു മിനുട്ട് വെറുതെ സംസാരിച്ചിരിക്കും. പിന്നെ നേരിട്ടങ്ങനെ തുടങ്ങും. ചോദ്യമല്ലേ നമുക്കു ചോദിക്കേണ്ടതുള്ളൂ. പി. സിയും ഞാനും ബേപ്പൂരിൽ ചെന്ന് ബഷീറിന്റെ ഒരു കഥ റെക്കോർഡ് ചെയ്തിട്ടുണ്ട്. കേളപ്പജിയും പൂമുള്ളി രാമപ്ഫനും ഒന്നാന്തരം ഇംഗ്ലീഷ് പ്രഭാഷണങ്ങൾ നടത്തിയിരുന്നു. ആകാശവാണിയുടെ ആഭിമുഖ്യത്തിൽ കഥകളി നടത്തണം എന്ന് പി.വി. കൃഷ്ണമൂർത്തിക്ക് ആഗ്രഹം. ഇക്കാര്യം എൻ.വിയോട് പറഞ്ഞു. ഞാൻ എഴുതിത്തരാം എന്നു പറഞ്ഞ് എൻ.വി. രണ്ട് ആട്ടക്കഥകൾ എഴുതി. ബുദ്ധചരിതവും ചിത്രാംഗദയും. ഓരോ ദിവസവും ആയേടത്തോളം സ്ക്രിപ്റ്റ് വാങ്ങി

മ്യൂസിക് ഡിപ്പാർട്ട്മെന്റിൽ കൊണ്ടുകൊടുക്കുന്ന ഡ്യൂട്ടി എനിക്കായിരുന്നു. മ്യൂസിക്കുകാർക്ക് ചില സംശയങ്ങൾ വരും. അത് എൻ.വിയോട് ചോദിക്കുന്നതും ഞാനാണ്. തിരുത്തൊക്കെ വേണമെന്ന പക്ഷം അത് അക്കിത്തം ചെയ്താൽ മതി എന്ന് എൻ.വി. പറയുമായിരുന്നു. സംഗീതക്കാരെ സാഹിത്യം പഠിപ്പിക്കലും എന്റെ ജോലിയായിരുന്നു.

അന്ന് ആകാശവാണിയിൽ, കോഴിക്കോട്ട് വന്നിരുന്ന കലാകാരന്മാർ ആരൊക്കെയായിരുന്നു?

ചെമ്പൈ വന്നിരുന്നു. ഫ്ളൂട്ടിസ്റ്റ് മാലിയെ ഓർമ്മ വരുന്നു. സ്റ്റുഡിയോവിനകത്ത് കള്ള് കൊണ്ടുകൊടുത്താലേ മാലിക്ക് വായിക്കാൻ പറ്റൂ. കള്ള് കുടിച്ചാലേ കല വരൂ എന്ന അവസ്ഥയായിരുന്നു അദ്ദേഹത്തിന്. സ്റ്റേഷൻ ഡയറക്ടർ നേരിട്ടാണ് കൊണ്ടുകൊടുത്തിരുന്നത്. ശെമ്മാങ്കുടിയും ബാലമുരളീകൃഷ്ണയും പാടാൻ വന്ന ഓർമ്മയുണ്ട്. കഥകളി പദത്തിന് കലാമണ്ഡലം നീലകണ്ഠൻ നമ്പീശൻ, കൊട്ടാൻ കൃഷ്ണൻകുട്ടിപ്പൊതുവാളും അപ്പുക്കുട്ടിപ്പൊതുവാളും, തായമ്പകയ്ക്ക് തൃത്താല കേശവപ്പൊതുവാളും കുഞ്ഞിക്കണ്ണപ്പൊതുവാളും വരാറുണ്ടായിരുന്നു. കലാമണ്ഡലം കൃഷ്ണൻനായർ ഒരു പ്രഭാഷണം നിർവഹിച്ചിട്ടുണ്ട്. ഇൻവൈറ്റഡ് ഓഡിയൻസ് പ്രോഗ്രാമുകൾക്ക് പ്രധാനപ്പെട്ട കലാകാരന്മാരെല്ലാം വന്നിരുന്നു. കലയെക്കുറിച്ച് ചോദിച്ച സ്ഥിതിക്ക് വേറെ ചിലതു പറയാം. പാവക്കൂത്ത് ആദ്യമായി റെക്കോർഡ് ചെയ്തതും അത് ആകാശവാണിയിലൂടെ പുറത്തുവിട്ടതും ഞാനാണ്. അതിനൊരു അവസരം കൈവന്നത് പ്രയോജനപ്പെടുത്തി എന്നു മാത്രം. പാവക്കൂത്തിലെ വലിയ കലാകാരനായിരുന്ന കൂനത്തറ കൃഷ്ണൻകുട്ടിപ്പുലവർ ഇവിടെ മനയ്ക്കൽ വന്നു. ഞാനത് റെക്കോർഡ് ചെയ്തു. തമിഴാണ്. അരമണിക്കൂർ പ്രോഗ്രാം. എല്ലാവർക്കും ഇഷ്ടമായി. ഇതിന്റെയൊക്കെ തുടർച്ചയെന്നോണം കൃഷ്ണൻകുട്ടി പുലവർക്ക് റഷ്യയിൽ പോവാനുള്ള അവസരം കിട്ടി. ഇംഗ്ലീഷൊക്കെ അറിയുന്ന ഒരാൾ കൂടെ വേണം. ഞാൻ വി.എസ്. എന്നിനോട് പറഞ്ഞു. ഞാൻ പോകാലോ എന്നു സമ്മതിച്ചു.

വേദം ആദ്യമായി ആകാശവാണിയിലൂടെ പൊതുജനസമക്ഷം അവതരിപ്പിക്കാനും അവസരമുണ്ടായി. ജി.കെ. മേനോനായിരുന്നു അന്ന് സ്റ്റേഷൻ ഡയറക്ടർ. അദ്ദേഹത്തിന് എന്റെ ആശയം ഇഷ്ടമായി. പക്ഷേ, സംശയങ്ങളായിരുന്നു. നമ്പൂതിരിമാർ എതിർക്കും. അവർ യാഥാസ്ഥിതികരാണ്. അക്കിത്തം പറഞ്ഞു എന്നു പറഞ്ഞാലൊന്നും

സമ്മതിക്കില്ല. ട്രാൻസ്ഫർ വരാൻ വരെ സാധ്യതയുണ്ട് എന്നൊക്കെ യായി. ഡൽഹിക്ക് എഴുതി അനുമതി വാങ്ങി. എങ്കിൽ എല്ലാ വേദവും വരുത്തണം എന്നായി. അക്കാലത്ത് ചെറുമുക്കിൽ ഒരു യാഗം നടന്നു. ആറു ദിവസം താമസിച്ച് റെക്കോർഡ് ചെയ്തു. അറുപതുകളിലാ ണെന്നേ ഓർമ്മയുള്ളൂ. ഇങ്ങനെ ഒരു ആശയത്തിന് വിത്തിട്ടത് കുലു ക്കല്ലൂർ വടക്കുംകര മനയ്ക്കൽ വാസുദേവൻ നമ്പൂതിരിപ്പാടാണ്. അദ്ദേഹം ഒരിക്കൽ കോഴിക്കോട്ട് വന്നപ്പോൾ ഇക്കാര്യത്തെക്കുറിച്ചു ഗൗരവമായി സംസാരിച്ചു. അങ്ങനെ പുറത്തുകൊണ്ടുവന്നിട്ടില്ലെങ്കിൽ വേദം നശിക്കും എന്നുവരെ അദ്ദേഹം പറയുകയുണ്ടായി. വാസുദേ വൻ നമ്പൂതിരിപ്പാട് ഇന്നില്ല. ക്ഷേത്രത്തിന്റെ മുഖമണ്ഡപം വേദം ചൊല്ലാൻ വേണ്ടിയുള്ളതാണ്. ക്ഷേത്രങ്ങളിൽ വേദം ചൊല്ലണം എന്ന് ഉദ്ബോധിപ്പിച്ചത് ഒ.എം.സിയാണ്. വേദം ജനകീയമാക്കാൻ നിമിത്ത മായതിൽ എനിക്ക് അഭിമാനമുണ്ട്. വേദം നിലനില്ക്കാൻ യാഗത്തെ ഉപയോഗിക്കുകയാണുണ്ടായത്. കക്കാടും രാഘവ വാരിയരും ഞാനും കൂടിയാണ് പാഞ്ഞാൾ അതിരാത്രത്തിനു പോയത്. അതു റെക്കോർഡ് ചെയ്തു. വേദം പുനഃരുദ്ധരിക്കാൻ യാഗം വേണം. യാഗം നില നിന്നാലേ വേദവും നിലനില്ക്കൂ എന്ന് ഏർക്കര രാമൻ നമ്പൂതിരി പ്പാട് പറഞ്ഞിട്ടുണ്ട്. ഇവിടെ ഏർക്കരയെക്കുറിച്ച് സ്മരിക്കാതെ വയ്യ. പട്ടാമ്പി സംസ്കൃത കോളേജിൽ ഒരു സംസ്കൃത സമ്മേളനം റെക്കോർഡ് ചെയ്യാൻ പോയി. അവിടെവച്ച് മഹാപണ്ഡിതനായ ശ്രീകൃ ഷ്ണശർമയെ പരിചയപ്പെട്ടു. 'കൗഷീതകബ്രാഹ്മണം' ഗവേഷണം ചെയ്യുകയാണ് അന്ന് അദ്ദേഹം. അദ്ദേഹം ഏർക്കരയുടെ അടുത്തു ചെന്നു. തൃശ്ശൂരിൽ പനയിൽ നമ്പൂതിരിയുണ്ട്. കെ.പി. നാരായണ പ്പിഷാരൊടിയുണ്ട്. ഏർക്കര ഒരു ഗ്രന്ഥം മുഴുവൻ കാണാപ്പാഠം ചൊല്ലി. അത് അങ്ങനെത്തന്നെ റെക്കോർഡ് ചെയ്തു. ശ്രീകൃഷ്ണശർമ ആകാ ശവാണിയിൽ എത്തിച്ചു. നൂറ്റി അമ്പത്തി എട്ടു ചോദ്യങ്ങൾ സംശയ മായിട്ട് ശ്രീകൃഷ്ണശർമ ഏർക്കരയോട് ചോദിച്ചു. അതങ്ങനെ പറ യേണ്ടതല്ലെന്നും വിശദമായി പറയേണ്ടതാണെന്നുമായിരുന്നു ഏർക്ക രയുടെ മറുപടി. അച്യുതൻ ഒപ്പം വരാംച്ചാൽ ഞാൻ വരാം എന്നു അദ്ദേഹം ശ്രീകൃഷ്ണശർമ്മയോടു പറഞ്ഞു. ഈയൊരു കാര്യത്തി നായതുകൊണ്ട് ഡയറക്ടർ എനിക്ക് അവധി തന്നു. ഏർക്കരയും ഞാനും ഒലവക്കോടു നിന്ന് തീവണ്ടിയിൽ കാട്പാഡിയിൽ ഇറങ്ങി. തിരുപ്പതിയിൽ ചെന്നു. അവിടെയാണ് ശ്രീകൃഷ്ണശർമയുടെ താമ സം. ശ്രീകൃഷ്ണശർമ ചോദിച്ച നൂറ്റിഅമ്പത്തിയെട്ടു ചോദ്യങ്ങൾക്കും ഏർക്കര മറുപടി പറഞ്ഞു. ഇന്ന യാഗത്തിന് ഇന്ന ചോമാതിരി ഇന്ന

മറുപടി പറഞ്ഞു എന്നുവരെ ഏർക്കര പറയുകയാണ്. എല്ലാം കഴിഞ്ഞപ്പോൾ ശ്രീകൃഷ്ണശർമ്മ അത്ഭുതാദരങ്ങളോടെ ചോദിക്കുകയാണ്: ഇദ്ദേഹം ആരാ?!

(സംഭാഷണമധ്യെ അക്കിത്തം വിതുമ്പി. ആ ഓർമ്മ അദ്ദേഹത്തെ കരയിപ്പിച്ചു. ഇതു കണ്ടു നിന്ന മകൻ നാരായണന്റെയും കണ്ണിൽ വെള്ളം നിറഞ്ഞു. അല്പസമയം ഞങ്ങൾ എല്ലാവരും മൗനികളായി. അക്കിത്തം ഗദ്ഗദകണ്ഠനായി, ശ്രീകൃഷ്ണശർമ്മ ഏർക്കരയെക്കുറിച്ച് ചോദിച്ച ചോദ്യം ആവർത്തിക്കുകയാണ്. ഇദ്ദേഹം ആരാ?! ആ ഓർമ്മയിൽ ഏർക്കരയോടുള്ള നിത്യബഹുമാനത്തിന്റെ വൈകാരികാംശം നിറഞ്ഞുനിന്നിരുന്നു. പിന്നെ, പതുക്കെ ഞങ്ങൾ സംസാരിക്കാൻ തുടങ്ങി.)

സംസ്കൃതപണ്ഡിതർ എന്നു പറയുമ്പോൾ എൻ.വി. മൂന്നുപേർ മാത്രമേ പറഞ്ഞുള്ളൂ. എം.പി. ശങ്കുണ്ണിനായർ, ശ്രീകൃഷ്ണശർമ്മ, കുഞ്ചുണ്ണിരാജ. പാണ്ഡിത്യമുണ്ടെങ്കിലും പ്രതിഭ കുറവായ സംസ്കൃതപണ്ഡിതരെക്കുറിച്ചും എൻ.വി. പറയുമായിരുന്നു. ശ്രീകൃഷ്ണശർമ്മയുടെ ഗവേഷണമൊക്കെ തികച്ചും മാതൃകാപരമായിരുന്നു. സംസ്കൃതത്തിൽനിന്ന് ഇംഗ്ലീഷിലേക്ക്. അവിടെനിന്ന് ജർമനിലേക്ക് ഇങ്ങനെ വിശദമായി, സമയമൊക്കെ എടുത്തിട്ടായിരുന്നു ഗവേഷണം.

സ്വന്തം പേരിൽ എഴുതുന്നതിന് തടസ്സം വരും എന്നതുകൊണ്ടാണോ 'അക്കിത്തം' സ്ഥിരപ്പെടുത്തിയത്?

രജിസ്റ്ററിൽ എ. അച്യുതൻ നമ്പൂതിരി എന്നാണ്. കെ.കെ. രാജാവിന്റെ പുസ്തകത്തെക്കുറിച്ച് ഞാൻ മാതൃഭൂമിയിൽ റിവ്യു എഴുതി. അക്കിത്തം അച്യുതൻ നമ്പൂതിരി എന്നാണ് പത്രാധിപർ എന്റെ പേര് കൊടുത്തത്. സ്റ്റേഷൻ ഡയറക്ടർ വിശദീകരണം ആവശ്യപ്പെട്ടു. പത്രത്തിൽ എഴുതാൻ പാടില്ല എന്ന ഓർഡർ എനിക്കു കിട്ടിയിട്ടില്ല എന്നു മറുപടിയും കൊടുത്തു. സ്റ്റേഷൻ ഡയറക്ടർ പ്രശ്നങ്ങളൊന്നും ഉണ്ടാക്കിയില്ല.

ഏതെല്ലാം പരിപാടികൾക്കുവേണ്ടി സ്ക്രിപ്റ്റ് എഴുതി? സംഗതി എഴുത്താണെങ്കിലും അതിൽ എടുത്തുപറയത്തക്ക സർഗാത്മകതയില്ലല്ലോ. അത് കവിത എഴുത്തിന് തടസ്സമായോ?

കവിതയ്ക്ക് തടസ്സമൊന്നും ആയില്ല. എല്ലാ വിഭാഗത്തിന്റെ ആവശ്യങ്ങൾക്കും സ്ക്രിപ്റ്റ് എഴുതി. എന്റെ സെക്ഷൻ എന്നൊരു വിചാരമുണ്ടായിരുന്നില്ല. പ്രാഥമിക വിവരങ്ങൾക്ക് മെറ്റീരിയലുകൾ അവർ തരും.

അത് ഉപയോഗപ്പെടുത്തിയും അല്ലാതെയും എഴുതാം. ഒരു ഡയറക്ടർ വന്നപ്പോൾ ദിവസേന പതിനഞ്ചു ഫൂൾസ്കാപ്പ് എഴുതണം എന്നായി. ഇതെന്താ കയ്ക്കോട്ടു കെളയോ എന്നായി പി.സി.

ആകാശവാണിക്കുവേണ്ടി എഴുതി പ്രഖ്യാതമായിത്തീർന്ന ബലിദർശനത്തിനുശേഷം ശ്രദ്ധിക്കപ്പെട്ട ഖണ്ഡകാവ്യം ഏതെങ്കിലും ഉണ്ടോ?

ഉണ്ട്. ധർമസൂര്യൻ. ഈ കൃതിയെക്കുറിച്ച് താങ്കൾതന്നെ കവനകൗമുദിയിൽ എഴുതിയിട്ടുണ്ടല്ലോ. ഞാൻ കോഴിക്കോട്ട് ഗാന്ധിഗൃഹത്തിൽ താമസിക്കുന്ന സമയത്ത് ഗാന്ധിയൻ സാഹിത്യം മുഴുവൻ പഠിച്ചു. ഗാന്ധിമാർഗം പരിപാടിക്കുവേണ്ടി അതു രൂപഭേദം വരുത്തി എഴുതി അവതരിപ്പിച്ചു. ഞാൻ ആകാശവാണിയിൽ എത്തിയപ്പോൾ ഗാന്ധിമാർഗം പി.സി. എന്നെ ഏല്പിക്കുകയായിരുന്നു. പതിനെട്ടു കൊല്ലം അതു ചെയ്തു. ചിലപ്പോൾ സംഗീതം കൊടുത്തുകൊണ്ടുള്ള പ്രോഗ്രാമാവും. ആസ്വാദനപ്രധാനം കൂടിയാക്കണമല്ലോ. ഇങ്ങനെ പത്തുകൊല്ലം കഴിഞ്ഞു. ഒരിക്കൽ ഇടശ്ശേരി പറഞ്ഞു: തന്റെ ഗാന്ധിമാർഗം കേൾക്കുന്നുണ്ട്. ഗാന്ധിയെപ്പറ്റി ഒരു കാവ്യം എഴുതിക്കൂടേ? ഇതു സംബന്ധിച്ച് കേന്ദ്ര ഫെല്ലോഷിപ്പിന് അപേക്ഷിക്കണമെന്ന് പി.സി. അദ്ദേഹം അന്ന് സാഹിത്യ അക്കാദമിയുടെ പ്രസിഡന്റുമാണ്. പി.സി. റെക്കമെൻഡു ചെയ്തു. എനിക്ക് ഫെല്ലോഷിപ്പ് കിട്ടി. കപിലാവാത്സ്യായനനാണ് അത് അനുവദിച്ചത്. അവർ നല്ല സഹൃദയയാണ്. ഭാരതീയ സംസ്കാരം നിലനില്ക്കണം എന്ന് ആഗ്രഹിക്കുന്ന വ്യക്തിയുമാണ്. മാസം ആയിരം ഉറുപ്പിക തോതിലായിരുന്നു ഫെല്ലോഷിപ്പ്. അന്ന് ശമ്പളം മുന്നൂറ് ഉറുപ്പികയാണ്. ഗാന്ധിജിയെപ്പറ്റി ഇംഗ്ലീഷിൽ കവിത എഴുതി അയച്ചു. പൊതുവെ രണ്ടുകൊല്ലത്തിനേ ഫെല്ലോഷിപ്പ് അനുവദിക്കൂ. എനിക്ക് അതു നീട്ടിക്കിട്ടി. നാലുകൊല്ലത്തിന്. ഈ ഫെല്ലോഷിപ്പുകൊണ്ട് ഒരു ഗുണമുണ്ടായി. ദാരിദ്ര്യം കുറച്ചൊന്നു നീങ്ങി. പുരപ്പണി നടന്നു. ഞാൻ എട്ടുതവണയായിട്ടാണ് റിപ്പോർട്ട് സമർപ്പിച്ചത്. 'ധർമസൂര്യൻ' എട്ട് അധ്യായം അങ്ങനെ എഴുതിയതാണ്. ഇക്കാര്യത്തിൽ കപിലാവാത്സ്യായനനോട് എനിക്കു പ്രത്യേക നന്ദിയുണ്ട്. അവർ ഇന്ദിരാഗാന്ധി ഫൗണ്ടേഷൻ ചെയർ പേഴ്സൺ ആയിരിക്കുമ്പോൾ കടവല്ലൂർ അന്യോന്യത്തിന് പത്തുലക്ഷത്തി തൊണ്ണൂറായിരം ഉറുപ്പിക അനുവദിച്ചു. ഞാനാണ് പ്രസിഡന്റ് എന്നറിഞ്ഞപ്പോൾ അവർക്ക് ഉത്സാഹമായി എന്ന് അവരെ കാണാൻ പോയവർ

പറയുകയുണ്ടായി. കപിലാ വാത്സ്യായനൻ തിരുനാവായ വന്നു. അനാദി മാസിക അവർ പ്രകാശനം ചെയ്തു.

ആകാശവാണിക്കാലം കവിതയെ പോഷിപ്പിക്കുകതന്നെയാണ് ചെയ്തത് എന്നതല്ലേ സ്വാനുഭവം?

കവിത എഴുതാതെ പറ്റില്ല എന്നൊരു നില വന്നു. കാർഷികബില്ലിന് നമ്മളും അനുകൂലമാണ്. കാർഷികബന്ധബില്ലിന്റെ കൃത്യതയാണ് പണ്ടത്തെ മേശാന്തിയുടെ ഒരു തലം. അത് ഒരു വിഭാഗം നമ്പൂതിരി മാരുടെ ആത്മകാവ്യമായിട്ടും വായിച്ചു. എന്റെ 'ആര്യൻ' എന്ന കവിത യിലും ഇതേ സംഗതി വരുന്നുണ്ട്.

അക്കിത്തത്തിന്റെ പല കവിതകളും ചേർത്തുവച്ചു വായിക്കു മ്പോൾ ആശയപരമായ ഐക്യം കാണുന്നുണ്ടല്ലോ?

എന്റെ പല കവിതകൾക്കും ഒന്നിലധികം തലങ്ങളുണ്ട്. രണ്ടു കവി തകൾ സന്ധിക്കുന്നുണ്ട്. ആകാശവാണി അനുഭവമായിട്ടും കാർഷി കബന്ധ ബില്ലിന്റെ തിരിച്ചടിയായിട്ടുമൊക്കെ പണ്ടത്തെ മേശാന്തി വായിക്കാമല്ലോ.

ഇരുപതാം നൂറ്റാണ്ടിന്റെ പകുതിയിൽത്തന്നെ ഇരുപതാം നൂറ്റാ ണ്ടിനെ നിർവചിച്ച കവിയാണ് അങ്ങ്. ധർമസൂര്യൻ യഥാർത്ഥ ത്തിൽ ഇരുപതാം നൂറ്റാണ്ടിന്റെ ഇതിഹാസമായ ഗാന്ധിയെ ക്കുറിച്ചുള്ള കവിതയും. അങ്ങനെ വരുമ്പോൾ ഇരുപതാം നൂറ്റാ ണ്ടിന്റെ ഇതിഹാസത്തിന് അനുബന്ധമായി ധർമസൂര്യൻ വായിച്ചു കൂടേ?

നേരത്തെ പറഞ്ഞ സമാനത തന്നെയാണ് ഇവിടെയും സന്ധിക്കു ന്നത്. കുതിർന്ന മണ്ണ് എന്ന കവിതയും ഇരുപതാം നൂറ്റാണ്ടിന്റെ ഇതിഹാസവും ചേർത്തു വായിക്കാം. ഇരുപതാം നൂറ്റാണ്ട് രാഷ്ട്രീയ ക്കാർക്ക് എന്നോട് അടുപ്പം ഉണ്ടാക്കാൻ കാരണമായ കവിതയാണ്. ഗാന്ധിസത്തിന്റെ ആഗിരണത്തിലൂടെ മാത്രമേ ഇന്ത്യയിൽ കമ്യൂ ണിസം നിലനില്ക്കൂ എന്നാണ് ഈ കാവ്യത്തിൽ പറയുന്നത്. ആ കമ്യൂണിസമാകട്ടെ എന്റെ മനസ്സിൽ കടന്നുവന്നത് വേദത്തിലൂടെ യാണ്.

സമാനോമന്ത്രഃ സമിതി സമാനീ
സമാനം മനസ്സഹചിത്തമേഷാം
സമാനം മന്ത്രമഭിമന്ത്രയേവ-
സ്സമാനേനവോഹവിയേവ
ജുഹോമി

ഇതാണ് എന്റെ എല്ലാ കവിതകളിലുംനിന്ന് ഉയരുന്ന സന്ദേശം. കടവല്ലൂർ അന്യോന്യം ഉദ്ഘാടനം ചെയ്തുകൊണ്ട് എം.എ. ബേബി ഭംഗിയായി സംസാരിച്ചു. വാസ്തവത്തിൽ ഇ.എം.എസ്. വലിയ ആളായത് ദേവസംസ്കാരം കൊണ്ടാണെന്ന് അക്കിത്തം പറഞ്ഞതു ശരിയാണെന്ന് അദ്ദേഹം പറയുകയുണ്ടായി.

കോഴിക്കോട് കേന്ദ്രീകരിച്ചുള്ള എഴുത്തുകാരുടെ ആരോഗ്യകരമായ കൂട്ടായ്മയിൽ നിത്യനായിരുന്നുവല്ലോ. പ്രത്യേകിച്ചും 'കോലായ' ചർച്ചകളിലൊക്കെ? അതിനു കാരണം ആകാശവാണിയും കോഴിക്കോട്ടെ താമസവുമൊക്കെയല്ലേ?

അതൊരു സൗഹാർദ്ദത്തിന്റെ കൂടി കാലമാണ്. പി.സി.യും കക്കാടും കൊടുങ്ങല്ലൂരും തിക്കൊടിയനും ഞാനുമായുള്ള ആത്മബന്ധത്തിന്റേതായ ഒരു കവിതയുണ്ട്.

അക്കിതിക്കുകൊടുകക്കനെന്ന
നാൽച്ചക്രവണ്ടിയിലിരുന്നുനിർദ്ദയൻ
സിൽക്കരെന്നൊരതിമാനുഷൻമനു-
ഷ്യർക്കെഴുംചെവി കടിപ്പു നിർമമൻ.

ആദ്യത്തെ വരി പി.സിയുടെതാണ്. രണ്ടാമത്തെത് ഞാനും മൂന്നാമത്തെത് കക്കാടും നാലാം വരി തിക്കൊടിയനുമാണ് പൂരിപ്പിച്ചത്. അതുപോലെ കോലായ ചർച്ചയിൽ ടി.കെ. രവീന്ദ്രൻ 'നാകത്തിലേയ്ക്കെന്നെയയച്ചിടല്ലേ' എന്നൊരു സമസ്യ പൂരിപ്പിക്കാൻ ഇട്ടുതന്നു. ആർ. രാമചന്ദ്രൻ, പി.എം. നാരായണൻ, എൻ.പി. മുഹമ്മദ്, എം.എം. ബഷീർ, ടി.കെ. രവീന്ദ്രൻ, അരവിന്ദൻ, നമ്പൂതിരി ഒക്കെയുണ്ട്.

പറഞ്ഞിടുന്നു പതിനാലുകാര-
റ്റായ്ത്തീർന്നൊരാക്കാഞ്ചനമിപ്രകാരം
മൊറാർജി! മേലാലവിടുന്നുതൂത്ത-
നാകത്തിലേയ്ക്കെന്നെയയച്ചിടല്ലേ

എന്ന് ഞാൻ സമസ്യ പൂരിപ്പിച്ചു. വായന, ഊണ്, വിശ്രമം, സാഹിത്യചർച്ച, സമസ്യാപൂരണം ഒക്കെയായിരുന്നു 'കോലായ'.

അന്നൊക്കെ ആകാശവാണിയിലെ ഉദ്യോഗം പൊതുസമൂഹത്തിൽ ആകർഷണീയമായ ഒന്നായിരുന്നില്ലേ?

അതിന്റെ ഒരനുഭവം പറയാം. എഴുത്തുകാർക്ക് ഗ്ലാമറസ് പോസ്റ്റ് ആയിരുന്നു ആകാശവാണിയിലേത്. നമ്മുടെ ശബ്ദം, പേര്, ഒക്കെ നിത്യവും വീടുകളിൽ എത്തുകയല്ലേ. അതിനും പുറമേ മാതൃഭൂമിയിൽ കവിതയും വരുന്നു. സി. രാധാകൃഷ്ണന്റെ പുഴ മുതൽ പുഴവരെ എന്ന നോവലിലെ ഇരുപത്തി ഒമ്പതും മുപ്പതും അധ്യായങ്ങളിൽ ഞാൻ അക്കിത്തമായിട്ടുതന്നെ കഥാപാത്രമാണ്. അദ്ദേഹം ആകാശവാണിയിൽ വന്ന അനുഭവമാണ് അവിടെ എഴുതിയിട്ടുള്ളത്. ഇന്നത്തെ പ്രശസ്തനും പണ്ഡിതനുമായ ഒരു സാഹിത്യനിരൂപകൻ അന്ന് ബി.എ. കഴിഞ്ഞ് നില്ക്കുകയാണ്. അദ്ദേഹത്തിന് ആകാശവാണിയിൽ ചേരാൻ മോഹം. അവിടത്തെ സാഹിത്യക്കൂട്ടായ്മയൊക്കെ കണ്ടിട്ടാണ്. ഞാനൊന്നു കിണഞ്ഞുപിടിച്ചാൽ അദ്ദേഹത്തിനു ജോലി കിട്ടും. പക്ഷേ, അദ്ദേഹം ആകാശവാണിയിൽ നില്ക്കേണ്ടയാളല്ല. ഞാൻ നിരുത്സാഹിപ്പിച്ചു. എം.എയ്ക്കു ചേരാൻ പറഞ്ഞു. അദ്ദേഹം അങ്ങനെ ചെയ്തു. കോളേജ് അധ്യാപകനായി. അന്നത്തെ ആകാശവാണിയുടെ പ്രതാപം അതായിരുന്നു. വിഷ്ണുനാരായണൻ നമ്പൂതിരി ഒരിക്കൽ പറഞ്ഞിട്ടുണ്ട്, കോഴിക്കോട്ടെ സാഹിത്യക്കൂട്ടായ്മ ഒരു സർവകലാശാലയ്ക്കു തുല്യമാണ് എന്ന്.

'ഞാനാരാണെന്ന് എനിക്കുതന്നെ ഇതുവരെ അറിയില്ല. പേര് അക്കിത്തം അച്യുതൻ നമ്പൂതിരി'യെന്ന് സി. രാധാകൃഷ്ണന്റെ നോവലിൽ അങ്ങയുടെ മറുപടിയായി കാണുന്നുണ്ട്?

അല്ലെങ്കിൽ നമ്മളൊക്കെ ആരാണ്. നമ്മൾ മുമ്പ് ഏർക്കരയെക്കുറിച്ച് പറഞ്ഞില്ലേ. അവർക്കൊക്കെ മുമ്പിൽ നമ്മളാര്?

സാഹിത്യസമ്മേളനങ്ങൾക്കും കവിസമ്മേളനങ്ങൾക്കുമൊക്കെ പോകാൻ ആകാശവാണിയിലെ ഔദ്യോഗിക ജീവിതം തടസ്സമായിട്ടുണ്ടോ?

തടസ്സം എന്നുവച്ചാൽ തടസ്സംതന്നെ. അന്ന് കവിസമ്മേളനങ്ങൾ കുറവാണ്. പി.സി. ഉറൂബായത് ആകാശവാണിയിലെ സാങ്കേതിക കാരണമാണ്. പി.സി.യ്ക്ക് കെ. രാഘവനെക്കുറിച്ച് എഴുതേണ്ടി വന്നു. സ്വന്തം പേരിലെഴുതുന്നതിനെ സ്റ്റേഷൻ ഡയറക്ടർ അനുകൂലിച്ചില്ല. ആകാശ

വാണി ഉദ്യോഗസ്ഥർ പ്രസംഗിക്കാൻ പോകാൻ പാടില്ല എന്നാണ് നിയമം. പോയാലോ ആരും റിപ്പോർട്ടു ചെയ്യുകയൊന്നും ഇല്ല.

തൃശ്ശൂർക്ക് മാറിയപ്പോൾ പുതിയ സൗഹൃദങ്ങൾ ഉണ്ടാവുകയും ഉള്ളവ പ്രബലപ്പെടുകയും ചെയ്തുവല്ലോ. തൃശ്ശൂർക്കാലത്തെ എങ്ങനെ ഓർമിക്കുന്നു?

1975 മുതൽ 1985 വരെ തൃശ്ശൂരിലായിരുന്നു. എസ്. രമേശൻനായരായിരുന്നു വലംകൈ. പൊൻകുന്നം ദാമോദരന്റെ മകൻ എം.ഡി. രാജേന്ദ്രനും നല്ല ഹെൽപ്പായിരുന്നു. ശശികുമാർ, കൗസല്യാമധു, സുധാവർമ, വിമലാവർമ എന്നിവരൊക്കെ സഹായിച്ചു. കാർഷികപരിപാടി പ്ലാൻ ചെയ്യൽ എന്റെ ഉത്തരവാദിത്വമായിരുന്നു. തൃശ്ശൂരിലെത്തിയപ്പോൾ വൈലോപ്പിള്ളി, പവനൻ, മുണ്ടശ്ശേരി എന്നിവരുമായി കൂടുതൽ ബന്ധമായി. എം.പിയും എമ്മാർബിയുമായുള്ള ബന്ധം ശക്തമായി. എസ്. രമേശൻനായർക്കൊപ്പം, അക്കാദമി ഓഫീസിൽ, ബ്രഹ്മസ്വംമഠം ഓഫീസിനു മുകളിൽ ഒക്കെ താമസിച്ചു. ബ്രഹ്മസ്വം മഠത്തിൽ ഒ.എം.സി. ഇടയ്ക്കിടയ്ക്ക് വരുമായിരുന്നു. അദ്ദേഹമായിരുന്നു മഠത്തിന്റെ പ്രസിഡന്റ്. അദ്ദേഹം ഋഗ്വേദത്തിന്റെ തർജ്ജമയ്ക്ക് അതിന്റെ ആറാം വോള്യത്തിന് എന്നെക്കൊണ്ട് അവതാരിക എഴുതിച്ചു. ഓരോ വോള്യത്തിനും പ്രഗല്ഭ പണ്ഡിതന്മാരാണ് അവതാരിക. ആറാം വോള്യത്തിൽ മാത്രം അദ്ദേഹം പ്രത്യേക നന്ദി എഴുതിച്ചേർത്തു. അത് ഇങ്ങനെയാണ്. ഋഗ്വേദ ഭാഷാഭാഷ്യത്തിന്റെ ആറാം വോള്യത്തിന് സസ്നേഹമായ ഒരവതാരിക എഴുതി എന്നെ കൃതാർത്ഥനാക്കിയ ശ്രേഷ്ഠ സുഹൃത്ത് അക്കിത്തത്തിന് ഹൃദയപൂർവമായ നന്ദി.

ഇത് എന്നെ വല്ലാതെ സന്തോഷിപ്പിച്ചു. തൃശ്ശൂർ ആകാശവാണിയിലെ പത്താം നമ്പർ മുറി സാഹിത്യകേന്ദ്രമായിരുന്നു. സി.ആർ. കേശവൻവൈദ്യർ, മുണ്ടശ്ശേരി, എം.പി., എം.ആർ.ബി., എം. ലീലാവതി, കെ.ബി. ശ്രീദേവി, പുതുക്കാട് കൃഷ്ണകുമാർ, എം. അച്യുതൻ, സച്ചിദാനന്ദൻ, ആറ്റൂർ രവിവർമ്മ, കെ.ജി. ശങ്കരപ്പിള്ള, സി.വി. ശ്രീരാമൻ, എം.പി. ശങ്കുണ്ണിനായർ, ജി. ശങ്കരക്കുറുപ്പ്, വി.ടി., സി. അച്യുതമേനോൻ തുടങ്ങി പാലക്കാട് മുതൽ എറണാകുളം വരെയുള്ള എഴുത്തുകാർ. സി. അച്യുതമേനോനെ ആകാശവാണിക്കുവേണ്ടി ഇന്റർവ്യൂ ചെയ്യുകയുണ്ടായി. ധാരാളം റേഡിയോ ശ്രോതാക്കൾ ഉള്ള കാലമായിരുന്നു അത്. വായനക്കാരുടെ കത്തുകൾക്ക് മറുപടി എഴുതിക്കൊടുക്കുക; ചിലപ്പോൾ കത്തുകൾ വായിക്കുക ഒക്കെ ഞാൻ ചെയ്തിട്ടുണ്ട്.

ഒരു ദിവസം കഥ വായിക്കേണ്ടയാൾ വന്നില്ല. സ്റ്റേഷൻ ഡയറക്ടർ സത്യഭാമയുടെ ആവശ്യപ്രകാരം പെട്ടെന്ന് ഒരു കഥയെഴുതി വായിക്കുകയുണ്ടായി.

റേഡിയോയ്ക്ക് പഴയ പ്രാബല്യം ഇല്ല എന്നുണ്ടോ?

ഇല്ല. ടി.വി. വന്നതുകൊണ്ടാണ് റേഡിയോയുടെ പ്രാബല്യം നഷ്ടപ്പെട്ടത്? ബഹുജനങ്ങളുടെ ശ്വാസകോശമായിരുന്നു റേഡിയോ. അന്ന് പത്രത്തേക്കാൾ പ്രാധാന്യം റേഡിയോ ന്യൂസിനായിരുന്നു. റേഡിയോ ന്യൂസിനുണ്ടായിരുന്ന അന്നത്തെ പ്രാധാന്യം ഇന്നത്തെ ജനങ്ങൾ നല്കുന്നില്ല.

ആകാശവാണിയിൽനിന്ന് പിരിഞ്ഞശേഷം അവിടെ കവിത വായിക്കാൻ പോകുമ്പോഴുണ്ടാകുന്ന അനുഭവം എന്താണ്?

എല്ലാവർക്കും എന്നെ വലിയ ഇഷ്ടമാണ്. എനിക്ക് അല്പം ജ്യോതിഷമുണ്ട്. സ്റ്റാഫിന്റെ കുട്ടികളുടെ ജാതകമൊക്കെ ഞാൻ തയ്യാറാക്കിക്കൊടുത്തിട്ടുണ്ട്. അവർ സാഹിത്യകാരനായിട്ടല്ല; ജീവിതത്തിൽ പ്രയോജനം ചെയ്ത മനുഷ്യൻ എന്ന നിലയിലാണ് എന്നെ കാണുന്നത്?

ജോലിയിൽ തൃപ്തനായിരുന്നുവോ?

തൃപ്തനായിരുന്നു. ഇത്ര പബ്ലിക് കോൺടാക്ട് ഉണ്ടാക്കിയ ജോലി ഞാൻ പ്രതീക്ഷിച്ചതല്ല.

ഈ തൃപ്തി കവിതയെ എങ്ങനെയാണ് ബാധിച്ചത്?

ആകാശവാണിയിൽ ജോലിയില്ലായിരുന്നെങ്കിൽ കുട്ടിക്കവിതകൾ എഴുതുമായിരുന്നില്ല. തീർച്ച. അതിന് ആകാശവാണിയോടാണ് നന്ദി. യുദ്ധത്തെക്കുറിച്ച് പെട്ടെന്ന് കവിത എഴുതേണ്ടി വന്നിട്ടുണ്ട്.

ഇത്ര വേഗത്തിൽ പട കഴിഞ്ഞമ്മയെക്കാണാ-
നെത്തിയോ കാറ്റേ, പോക്കുവെയ്‌ലുടുപ്പണിഞ്ഞോനേ

എന്നൊക്കെ പെട്ടെന്നെഴുതാൻ ശീലം കിട്ടിയത് ആകാശവാണിക്കാലത്താണ്.

ഇക്കാലത്തിനിടയ്ക്ക് മേലധികാരികളിൽനിന്ന് എന്തെങ്കിലും അഹിതത്തിന്റേതായ സംഭവങ്ങൾ?

ചിലർ ചില വിഷമങ്ങൾ ഉണ്ടാക്കിയിട്ടുണ്ട്. അതു വിശദമാക്കിയാൽ വ്യക്തിപരമാവും. വേണ്ട.

അക്കിത്തത്തിലെ സർക്കാർ ഉദ്യോഗസ്ഥനെ എങ്ങനെയാണ് സ്വയം വിലയിരുത്തുന്നത്?

ഞാൻ ഉദ്യോഗസ്ഥനാണ് എന്ന് വിചാരിച്ചിട്ടില്ല. ഉദ്യോഗം ഒരു കലാസേവനമായിട്ടാണ് കണക്കാക്കിയിട്ടുള്ളത്. ഇടിയും മഴയും ഉള്ള സമയത്ത് ചെറിയ കുട്ടികളെയും കൊണ്ട് ആകാശവാണിയിൽ രാത്രി ഇരുന്നിട്ടുണ്ട്. ആകാശവാണിവണ്ടിയിൽ രാത്രി കൂരിരുട്ടത്ത് കുട്ടികളുമായി വന്നിറങ്ങി ചളിപിളി റോഡിലൂടെ രണ്ടു ഫർലോങ് നടന്ന അനുഭവമുണ്ട്. വീടുവരെ കാർ പോകാൻ ഓർഡർ ഇല്ല എന്നാണ് ഡ്രൈവറുടെ ന്യായം. ഇങ്ങനെ ജീവിതത്തിന്റെ കഷ്ടപ്പാടുകൾ ഒരു വശത്ത് അനുഭവിക്കുമ്പോഴും ഉദ്യോഗം എന്നെ തൃപ്തനാക്കിയിരുന്നു.

പെൻഷനില്ലേ?

ഉണ്ട്. എനിക്ക് ആനുകൂല്യങ്ങൾ മുഴുവനും കിട്ടി. ഓവർടൈം ആനുകൂല്യവും ലഭിച്ചു. പൂർണമായ ബെനിഫിറ്റോടുകൂടി റിട്ടയർ ചെയ്യാൻ കഴിഞ്ഞ ആദ്യത്തെ സ്റ്റാഫ് ആർട്ടിസ്റ്റ് ഞാനത്രെ. ഗസറ്റഡ് ഓഫീസറുടെ പോസ്റ്റിൽ കിട്ടുന്ന ആനുകൂല്യങ്ങൾ കിട്ടി. ഗസറ്റഡ് ഓഫീസറുടെ അധികാരങ്ങൾ ഉപയോഗിച്ചിട്ടും ഇല്ല.

ആകാശവാണിയിലെ സഹപ്രവർത്തകരുടെ വിയോഗം ഏല്പിച്ച ആഘാതത്തെക്കുറിച്ച്...?

വലിയ സങ്കടമാണ്. കോഴിക്കോട് ചെന്നപ്പോൾ നാലുപേരുടെ ഫോട്ടോ കണ്ടു. ഞാൻ ജീവിച്ചിരിക്കുന്നത് ന്യായമല്ലാ എന്നു തോന്നി.

ഇപ്പോഴും റേഡിയോ ശ്രോതാവാണോ?

ന്യൂസ് കേൾക്കാറുണ്ട്. അതിനോടുള്ള ആത്മബന്ധം പോയിട്ടില്ല. റേഡിയോ മൈൻഡഡ് ആണ് ഞാൻ.

പുതിയ കവിത; കാവ്യ പരിഭാഷ

പുതുകവിതകളെക്കുറിച്ച് അങ്ങയുടെ നിരീക്ഷണം എന്താണ്?

ബുദ്ധിപരം എന്നൊക്കെ പറയാറില്ലേ. അതിനും അപ്പുറത്തേയ്ക്കു പോയി. അർത്ഥമില്ലാതായി.

തിരിയുമ്പോൾ വർത്തുളമെങ്കിലുമിച്ചക്രം/തിരിയാതിരിക്കെച്ചതുരം എന്ന് അക്കിത്തം എഴുതിയിട്ടുണ്ടല്ലോ. പുതിയ കവിതയെ ഈ വരികളുമായി ചേർത്തു നിരീക്ഷിച്ചാലോ?

എന്താ നിശ്ശല്യ. അങ്ങ്ട് എഴ്ത്പ്പോയി. ചതുരത്തിൽ ബുദ്ധിയുടെ അംശമുണ്ട്. ചില നേരങ്ങളിൽ ചില വരികൾ കിട്ടും. കല ജനിക്കുന്നത് ബോധരഹിതമായിട്ടാണ്.

ഇതിൽ വൈകാരികതയ്ക്ക് എത്രത്തോളം പ്രാധാന്യമുണ്ട്?

വൃത്തം വൈകാരികമാണ്. വികാരം ബോധപൂർവ്വം വരുന്നതല്ല. ബോധപൂർവ്വം വരുത്തുന്നതാണ് ബുദ്ധിപരത. 'ബുദ്ധി' സംസ്കൃതത്തിൽ സ്ത്രീലിംഗമാണ്. ബ്രഹ്മത്തിൽ നിന്നുണ്ടായ വസ്തുവാണ് പ്രകൃതി. ബ്രഹ്മമാണ് പുരുഷൻ. അതിൽനിന്ന് ഉണ്ടായതാണ് ഭൂമി.

ശാസ്ത്രം കവിതയ്ക്ക് എതിരു നില്ക്കുന്നില്ലേ?

എതിരല്ല. കവിതയെ വിപുലമാക്കി ശാസ്ത്രം. വികാരത്തിൽ തുടങ്ങി ബുദ്ധിയിൽ അവസാനിക്കുക എന്ന ധർമ്മമാണ് കലകളുടേത്. എന്നാലേ ഇഫക്റ്റീവ് ആവൂ.

ബുദ്ധിയില്ലാത്ത ഒരാൾക്ക് കവിയാകാൻ കഴിയുമോ?

കഴിയും. കവിതയെ വ്യാഖ്യാനിക്കുക എളുപ്പമല്ല.

കവിതയെ കാലഘട്ടമാക്കി തിരിച്ച് ഇന്ന കാലത്തെ കവികൾ എന്ന് കള്ളി തിരിച്ചു നിർത്തുന്ന പ്രവണതയെ എങ്ങനെ നോക്കിക്കാണുന്നു?

ഇപ്പോൾ ഇന്ന കാലം എന്നില്ല. ചില വസ്തുതകൾക്കനുസരിച്ച് കാലവിഭജനം ആവാം. തമിഴിൽനിന്ന് മലയാളം ഉണ്ടായി എന്നു പറയാൻ ഒരു 'കാലം' ആവശ്യമാണ്. കാലത്തിന്റെ മാറ്റം കവിതയിൽ കാണാം. കാലം ഒഴുകിക്കൊണ്ടിരിക്കുകയാണ്. ഭാഷ ചിലപ്പോൾ ഇല്ലാതായി എന്നും വരാം. കൊടുങ്ങല്ലൂരിൽ ചുമരിൽ തിരുവള്ളുവരുടെ വരികൾ എഴുതിവച്ചിട്ടുണ്ട്.

തമിഴ് കൃതികൾ സ്വാധീനിച്ചിട്ടുണ്ടോ? ആറ്റൂർ രവിവർമ്മ, എസ്. രമേശൻനായർ എന്നിവരൊക്കെ തമിഴ് കൃതികൾ പരിഭാഷപ്പെടുത്തിയിട്ടുണ്ടല്ലോ?

വി.ടിയുടെ അടുത്തുനിന്നാണ് ഞാൻ തമിഴ് അക്ഷരം പഠിച്ചത്. ഒറ്റ ദിവസംകൊണ്ട്. അതും വൈകുന്നേരമായപ്പോഴേക്ക് വശായി. വി.ടി. ആനന്ദവികടനൊക്കെ വായിച്ചിരുന്നു. എനിക്കു തമിഴിൽ എഴുത്തൊക്കെ എഴുതാൻ കഴിഞ്ഞിരുന്നു. വി.ടി. തമിഴിൽ പ്രസംഗിക്കുന്നതു ഞാൻ കേട്ടിട്ടുണ്ട്.

വി.ടി. തമിഴ് പഠിക്കാനുണ്ടായ സാഹചര്യം എന്തായിരുന്നു?

മുമ്പ് എന്തിനോ പഠിച്ചു. അത്രയേ അറിയൂ.

അങ്ങ് തമിഴിൽ കവിത എഴുതിയിട്ടുണ്ടോ?

ഉണ്ട്. തമിഴ് പഠിക്കുന്ന കാലത്ത് എഴുതി നോക്കി. വരികളൊന്നും ഓർമ്മയില്ല. തമിഴ്സാഹിത്യം പഠിച്ചിട്ടൊന്നും ഇല്ല.

ചെന്തമിഴ്നാടെൻറും കേൾപ്പിനിലേ ഇമ്പ-
ത്തേൻ വന്തു പായുതുകാതിനിലേ

ഭാരതീയാരുടെ വരികൾ ഓർമ്മ വരികയാണ്.

കവിതയുടെ അർത്ഥതലങ്ങളെക്കുറിച്ചും കാവ്യദർശനത്തെക്കുറിച്ചും കാവ്യാദർശത്തെക്കുറിച്ചും സംസാരിക്കാം ഇനി അല്ലേ?

ആവാം. അർത്ഥവും വൃത്തവുമില്ലാതെ കവിത നിലനില്ക്കില്ല.

ഒരു നിശ്ചയമില്ലയൊന്നിനും
വരുമോരോദശ വന്നപോലെ പോം
വിരയുന്നു മനുഷ്യനേതിനോ
തിരിയാ ലോകരഹസ്യമാർക്കുമേ

ഈ ശ്ലോകം മനസ്സിൽ പതിഞ്ഞങ്ങനെ കിടക്കുകയാണ്. വൃത്തഘടനയുടെ ഫലംകൊണ്ടാണത്. മുമ്പ് കവികൾക്ക് എഴുത്ത് തപസ്യയായിരുന്നു. ഇപ്പോൾ കവിക്ക് ജീവിതത്തിന്റെ തിരക്കുകളായി. അപ്പോൾ കവിത ഇല്ലാതായി. കവിത നിലനില്ക്കണമെങ്കിൽ അർത്ഥവും വൃത്തവും വേണം എന്ന് എന്റെ മനസ്സിൽ തോന്നുന്നു. പുതിയ തലമുറയിൽപ്പെട്ട കവികളുടെ പേരുകൾ പെട്ടെന്ന് നാവിൽ വരില്ല. ആളുകളുടെ മനസ്സിൽ പതിഞ്ഞ കവിതകളേ നിലനില്ക്കൂ. ഇംഗ്ലീഷിൽ കവിത എഴുതിയാൽ ലോകം മുഴുവൻ എത്തും. എന്നുവച്ച് നിലനില്ക്കും എന്ന് അർത്ഥമില്ല. കവിത കാണിച്ചു തന്ന ഒരു യുവകവിയോട് ചോദിച്ചു: ഇതിൽ വൃത്തവും അർത്ഥവും ഇല്ലല്ലോ? പ്രസിദ്ധീകരിച്ചപ്പോൾ ആയിരം ഉറുപ്പിക കിട്ടി എന്നു പറഞ്ഞു, മറുപടിയായിട്ട്. നന്നായി എന്നല്ലാതെ ഞാനെന്തു പറയാൻ?

കവിത എഴുത്തിന്റെ മുഹൂർത്തത്തെക്കുറിച്ച് പുതുതലമുറയെ എങ്ങനെ ബോധ്യപ്പെടുത്തും?

മനസ്സിൽ സന്തോഷം വരുമ്പോൾ എഴുതുക. മുമ്പ് പറഞ്ഞുവല്ലോ. വർത്തുളം എന്നത് വൈകാരികമായ അനുഭൂതിയാണ്. ചതുരം കൃത്യമായ ബോധത്തോടെ വരയ്ക്കേണ്ടതാണ്. ഘടനയാണ് പ്രധാനം. പ്രണവത്തെക്കുറിച്ച് റസൂൽ പൂക്കുട്ടി പറഞ്ഞില്ലേ. പ്രണവം ഒരനുഭൂതി മാത്രമാണ്. അതിൽനിന്നാണ് പ്രപഞ്ചം ഉണ്ടായത് എന്ന് ശാസ്ത്രം പറയുന്നു. പ്രണവത്തിൽ വൈകാരികമായ അനുഭൂതി ഉണ്ട്. ഇമോഷനിൽ നിന്നാരംഭിച്ച പ്രകൃതി വികസിക്കുകയാണ്. മോഡേൺ പോയട്രിയിൽ അനുഭൂതി കുറവാണ്. ഉള്ളവ നിലനില്ക്കുന്നും ഇല്ല.

ആധുനികകവികളിൽ പ്രധാനിയാണല്ലോ അയ്യപ്പപ്പണിക്കർ. അയ്യപ്പപ്പണിക്കരുടെ കവിതകളെ എങ്ങനെ വിലയിരുത്തുന്നു?

കുഞ്ചൻനമ്പ്യാരുടെ ആധുനികവേഷമാണ് അയ്യപ്പപ്പണിക്കർ. അദ്ദേഹം മോഡേൺ പോയറ്റ് അല്ല. കുഞ്ചൻ ഇന്ന് എഴുതിയാൽ അത് അയ്യപ്പപ്പണിക്കരെപ്പോലെയാവും. ബാലൻസ്ഡ് ആയേ പണിക്കർ എഴുതിയിട്ടുള്ളൂ. സർ റിയലിസ്റ്റ് പ്രേമഗാനം, അഗ്നിപൂജ, കാടെവിടെ മക്കളേ തുടങ്ങിയ കവിതകളിൽ തത്ത്വജ്ഞാനം കൊണ്ടുവന്നു അദ്ദേഹം.

അങ്ങനെ പറയാമെങ്കിൽ കുഞ്ചന്റെ മറ്റൊരു പിൻഗാമിയല്ലേ വി.കെ.എൻ.?

നമ്പ്യാർ നടന്ന വഴിയാണ് കഥാകൃത്തായ വി.കെ.എന്നിന്റേതും. നമ്പ്യാരെ ധ്യാനിച്ചാണ് വി.കെ.എൻ. എഴുതിയത്. അല്ലെങ്കിൽ ഇങ്ങനെ പറ്റില്ല. വി.കെ.എൻ. ഇംഗ്ലീഷിലെ മൗലികകൃതികളെല്ലാം വായിച്ചിട്ടുണ്ട്. നല്ല ബുദ്ധിശാലിയായിരുന്നു. അതൊക്കെ ആ എഴുത്തിൽ കാണാം.

പണിയ്ക്കരുടെ ഹാസ്യത്തിൽ തത്ത്വജ്ഞാനമുണ്ടെന്നു പറഞ്ഞു. വി.കെ.എന്നിന്റെ ഹാസ്യത്തിലും ഇതു കാണാം. അക്കിത്തത്തിന്റെ കവിതകളോട് വി.കെ.എന്നിനു പ്രിയമായിരുന്നു. തത്ത്വജ്ഞാനത്തിന്റെ അംശങ്ങൾ ഉള്ളതുകൊണ്ടാവും ഈ പ്രതിപത്തി. ഇടശ്ശേരിക്കവിതകളും വി.കെ.എന്നിനു പഥ്യമായിരുന്നു. അങ്ങനെ വിചാരിക്കരുതോ? അക്കിത്തം കവിതകളിലും ഹാസ്യമുണ്ടല്ലോ?

മനുഷ്യജീവിതത്തിൽത്തന്നെ ഹാസ്യമുണ്ടല്ലോ. നക്ഷത്രത്തിൽ ശുക്രനുണ്ടെങ്കിൽ ഹാസ്യമുണ്ടാകും. ശുക്രന്റെ സ്തോഭം ഹാസ്യമാണ്. ശുക്രൻ സാഹിത്യത്തെ സ്വാധീനിക്കും. ശുക്രനും ബുധനും വ്യാഴവും. ഹാസ്യത്തിന്റെ കാര്യത്തിൽ കോൺട്രിബ്യൂട്ട് ചെയ്യുക ശുക്രനാണ്. ബുധൻ വിദ്യയുടേതാണ്. വ്യാഴം മഹർഷിയാണ്. വ്യാഴത്തിൽ കവിഞ്ഞൊന്നുമില്ല. കാവ്യാനുഭൂതി എന്നു പറയാം, ആനന്ദത്തിന്റെ പരമകാഷ്ഠയിലുള്ള അവസ്ഥയാണ് വ്യാഴം. ആനന്ദമാണ് ഈശ്വരൻ.

ഇടശ്ശേരിയിൽനിന്ന് പഠിച്ച കാവ്യപാഠം എന്താണ്?

ഓരോ മനുഷ്യന്റെ ഹൃദയവും പരിശുദ്ധമാണ്. ജന്മനാ എല്ലാവരും നല്ലവരാണ്. പരിസ്ഥിതികളാണ് ചീത്തയാക്കുന്നത്.

മർത്ത്യൻ സുന്ദരനാണ് എന്നു തുടങ്ങുന്ന ഇടശ്ശേരിയുടെ ശ്ലോകം ഉറൂബ് സുന്ദരികളും സുന്ദരന്മാരും എന്ന നോവലിന് ആമുഖമായി കൊടുത്തു. ഹൃദയത്തിലേക്കു നോക്കി എഴുതൂ എന്നാണ് അക്കിത്തത്തിന്റെ ഒരു പുസ്തകപ്പേര്. ഹൃദയവിശുദ്ധിയും കവിതയിലെ വിശുദ്ധിയുമായി ബന്ധമില്ലേ?

തീർച്ചയായും. ആരും കള്ളന്മാരല്ല. താത്ക്കാലിക പരിസ്ഥിതികൊണ്ട് ചിലർ കാട്ടുകള്ളന്മാരാകുന്നു എന്ന് ഇടശ്ശേരി പറഞ്ഞിട്ടുണ്ട്. ഇടശ്ശേരിയുടെ കാവ്യപാഠം തന്നെ ഞാനും പിന്തുടരുന്നത്.

അക്കിത്തത്തിന്റെ പരിഭാഷകളും ഹൃദ്യമാണ്. ഭാഗവതം പരിഭാഷ പ്രത്യേകിച്ചും. ആ അനുഭവങ്ങളെക്കുറിച്ചാവാം കുറച്ച് വർത്തമാനം?

ഇംഗ്ലീഷ് പഠനം മെച്ചമാക്കാനാണ് പരിഭാഷപ്പെടുത്തൽ തുടങ്ങിയത്. പാഠപുസ്തകത്തിലെ കവിതകൾ തർജ്ജമ ചെയ്തുകൊണ്ടായിരുന്നു തുടക്കം. പണ്ട് ബോംബെ ക്രോണിക്കിൾ വീക്കിലിയിൽ വരുന്ന ലേഖനങ്ങൾ തർജ്ജമ ചെയ്ത് മാതൃഭൂമിക്ക് കൊടുക്കുമായിരുന്നു. പിന്നീട് ആകാശവാണിയിൽ എത്തിയപ്പോൾ ഈ പരിഭാഷപ്പെടുത്തൽ വേണ്ടിവന്നു. പണ്ട് ചെയ്തതിന്റെ ബലം അനുഗ്രഹമായി. ഭാഗവതം പരിഭാഷയുടെ കഥ പറയാം. വലിയമ്മാമന്റെ മകൻ അഞ്ചുതവണ ഗുരുവായൂർ മേശാന്തിയായി. വാസുദേവൻ ഭട്ടതിരിപ്പാട്. ആ ഘട്ടത്തിൽ അദ്ദേഹത്തിന്റെ ഗുരുവായൂരുള്ള സഹോദരിയുടെ സപ്തതിക്കു പോയി. അചേട്ടൻ റിട്ടയർ ചെയ്തില്ലേ. ഭാഗവതം ഒന്നു നോക്കിക്കൂടേ എന്നു ചോദിച്ചു. എനിക്ക് അതിനുമാത്രം സംസ്കൃതം അറിയില്ലല്ലോ എന്നു ഞാൻ. ഭക്തിയില്ലേ എന്നായി അദ്ദേഹം. അതുണ്ട് എന്നു ഞാൻ പറഞ്ഞു. ഇതു കയ്യിൽ വയ്ക്കൂ. ദിവസേന കുറച്ചു വായിക്കൂ എന്നു പറഞ്ഞ് ഭാഗവതം എന്ന ആശയം തന്നു. തിരിച്ചു വരുമ്പോൾ ബസ്സിലിരുന്ന് ആലോചിച്ചു. അഞ്ചുതവണ മേശാന്തിയായിട്ട് ഗുരുവായൂരപ്പനെ കുളിപ്പിച്ചു ശുശ്രൂഷിച്ച ആൾ ഗുരുവായൂരിൽവച്ച് പറഞ്ഞതാണ്, ഭാഗവതം നോക്കാൻ. അതായത് ഗുരുവായൂരപ്പൻ പറയിപ്പിച്ചതാണ്. വായിക്കാൻ ശ്രമിച്ചു. രണ്ടു ശ്ലോകം ബുദ്ധിമുട്ടുണ്ടാക്കി. ഒരു ശ്ലോകം ഇരുപത്തിയേഴുതരത്തിൽ തർജ്ജമ ചെയ്തു. രണ്ടാം ശ്ലോകം അഞ്ചു തരത്തിലും. പിന്നെ എളുപ്പമായി. ബുദ്ധിമുട്ടില്ലാതായി. ഒഴിവുകിട്ടുമ്പോഴെല്ലാം പരിഭാഷയിലേക്കു തിരിഞ്ഞു. ഏഴരക്കൊല്ലം എടുത്തു. വേദം

ബ്രഹ്മത്തിനോടു പറയുന്ന ഒരു അദ്ധ്യായം വന്നപ്പോൾ ഞാൻ തോറ്റുപോയി. മനസ്സിലാവുന്നില്ല. പരിഭാഷപ്പെടുത്താതിരിക്കാനും വയ്യല്ലോ. ദീർഘമായ ഒരസാധാരണ വൃത്തമാണ്. എഴുതാൻ എളുപ്പമല്ല. ഒരു നിമിഷം ശ്രദ്ധ പാളിയാൽ വൃത്തം തെറ്റും. അർത്ഥം കഠിനം. രണ്ടു വരി ഒറ്റവാക്കാണ്. സമസ്തപദം. ആയുധം വച്ചു. ഞാൻ കൂട്ട്യാകൂടില്ല എന്നു തോന്നി. വീണു പോയി എന്നു തന്നെ ധരിച്ചു. ഒരു മാസമങ്ങനെ കഴിഞ്ഞു. ആഞ്ഞം തന്ന, സുബ്രഹ്മണ്യൻ തിരുമുമ്പിന്റെ ഭാഗവത തർജ്ജമയുണ്ട്. തൊട്ടാൽ പൊടിഞ്ഞു പോകും. ആയിടയ്ക്ക് ആ പുസ്തകത്തിന്റെ രണ്ടാം പതിപ്പ് എം.എ. കൃഷ്ണനുണ്ണി അയച്ചു തന്നു. ഞാൻ അമ്പരന്നു. വിചാരിച്ച പുസ്തകം കിട്ടി. തികച്ചും അപ്രതീക്ഷിതമായിട്ട്. നോക്കി. സുഖമായി. പിന്നീട് തർജ്ജമയ്ക്ക് ഇരുന്നു. അവസാനം ചില മാറ്റങ്ങൾ വരുത്തി. അദ്ദേഹം ചെയ്ത രീതിയിൽത്തന്നെ ചെയ്തു. അത്ഭുതമാവുകയാണ്. ഒക്കെ ഗുരുവായൂരപ്പൻ ചെയ്യിക്കുകയാണ് ഉണ്ടായത്. അമ്മാമന്റെ മകനെക്കൊണ്ട് പറയിപ്പിച്ചു. കൃഷ്ണനുണ്ണിയെക്കൊണ്ട് പുസ്തകം അയപ്പിച്ചു. ഗുരുവായൂരപ്പന്റെ ദയവ്. തിരുമുമ്പിന്റെ പുസ്തകം കിട്ടിയതു കൊണ്ടാണ് തർജ്ജമ സാധ്യമായത്. നമ്മുടെ കർമ്മങ്ങൾ നമ്മളെക്കൊണ്ട് ആരോ ചെയ്യിപ്പിക്കുന്നതാണ്. അരവിന്ദന്റെ 'സാവിത്രി' ഞാൻ തർജ്ജമ ചെയ്യാൻ നോക്കിയതാണ്. ഇരുപതാം നൂറ്റാണ്ടിലെ ഏറ്റവും വലിയ പ്രതിഭയാണ് അരബിന്ദ മഹർഷി എന്ന് ഒരിടത്ത് വായിച്ചിട്ടുണ്ട്. സാവിത്രിയുടെ അവസാനം ഒരു ഭാഗത്ത് കാണുന്നു: A conscious power has drawn the plan of life. There is a meaning in each curve and line. ശരിയാണത്. എല്ലാവരുടെ ജീവിതത്തിലും.

സാഗരസംഗീതം പരിഭാഷപ്പെടുത്തിയിട്ടുണ്ടല്ലോ. എക്കാലത്തെയും വിവാദപുസ്തകങ്ങളിൽ ഒന്നായ ശങ്കരക്കുറുപ്പ് വിമർശിക്കപ്പെടുന്നു എന്ന കൃതിയിൽ സുകുമാർ അഴീക്കോട് അക്കിത്തത്തിന്റെ വരികൾ ചേർത്തിട്ടുണ്ടല്ലോ. ഇല്ലനുകർത്താവിനില്ലതൻ/ജീവിതവല്ലരിയിൽ പൂവിരിഞ്ഞു കാണാൻ വിധി – ഈ വരികൾ?

സി.ആർ. ദാസിന്റെ സാഗരസംഗീതം ആർ. രാമചന്ദ്രൻ മാഷ് നിർദ്ദേശിച്ചതനുസരിച്ചാണ് ഞാൻ തർജ്ജമ ചെയ്തത്. 'എനിക്ക് മോഹംണ്ട്. അക്കിത്തത്തിനു പുല്ലുപോലെ ചെയ്യാം' എന്ന് മാഷ് പ്രോത്സാഹിപ്പിച്ചു. കോലായ ചർച്ചയിൽ വന്ന ആശയമാണ്. അന്നു

ഞാൻ കോഴിക്കോട്ടാണ് താമസം. എന്റെ താമസസ്ഥലത്തും 'കോലായ' പതിവുണ്ട്. അഴീക്കോടിന്റെ പുസ്തകത്തിൽ എന്റെ വരികൾ കാണുമ്പോൾ ഇതിൽ അക്കിത്തം കക്ഷി ചേർന്നുവോ എന്ന് ജി.യ്ക്ക് സംശയം തോന്നുക സ്വാഭാവികമാണ്. എനിക്ക് ഒരു പാർട്ടി യില്ല. ജി.യില്ല. അഴീക്കോടില്ല. ഇതാണ് സത്യം. എല്ലാവരെയും ഇഷ്ട മാണ്. പിന്നെ എങ്ങനെ കക്ഷി ചേരും. പരിഭാഷയിൽ ഞാൻ ശ്രദ്ധി ച്ചത് സത്യം പുറത്തുകൊണ്ടുവരാനാണ്. 'കേക'യിലാണ് തർജ്ജമ ചെയ്തത്. ഇടശ്ശേരിയെ കാണിച്ചു. ഇടശ്ശേരിക്കു വൃത്തമില്ലാത്ത തർജ്ജമ ഇഷ്ടമല്ല. അങ്ങനെ ചെയ്താൽ ഞാൻ ജി.യെ അനുകൂലി ക്കുകയോ പ്രതികൂലിക്കുകയോ ആവും. തർജ്ജമ വൃത്തമില്ലാതെയും ആവാം എന്ന് ഇടശ്ശേരി സമ്മതിച്ചു.

സാഗര സംഗീതം തർജ്ജമ ചെയ്തുകഴിഞ്ഞപ്പോൾ സുകുമാർ അഴീക്കോടിന്റെ കണ്ടെത്തലിൽ കഴമ്പുള്ളതായി തോന്നിയോ?

സാഗർസംഗീത്-സാഗരഗീതമായി. ജി.ക്കവിതകളുടെ ഫോം തന്നെ യാണതിന്. ഡിസൈൻ ശങ്കരക്കുറുപ്പിന്റേതുതന്നെ. വാസ്തവത്തിൽ കട്ടു എന്നു പറയാൻ പറ്റില്ല. വേറൊരു ഡിസൈനിൽ ചെയ്യുന്നതിനു കുഴപ്പമില്ല. ഡിസൈൻ മാറ്റാം.

അങ്ങയുടെ പരിഭാഷ പുസ്തകമായോ?

മംഗളോദയം പ്രസിദ്ധപ്പെടുത്തി. സാദൃശ്യം തോന്നുക സ്വാഭാവികം. ഡിസൈൻ വരുമ്പോൾ കവിത മറ്റൊന്നാകും എന്നാണ് എന്റെ വീക്ഷ ണം. സി.ആർ. ദാസിൽ അന്യോന്യമുള്ള ഡിസൈൻ ഇല്ല. ഡിസൈൻ ഇല്ലാതെ ശങ്കരക്കുറുപ്പിന് എഴുതാനും വയ്യ.

ഈ ഡിസൈൻ ഇടശ്ശേരിയിലും വൈലോപ്പിള്ളിയിലും കുഞ്ഞി രാമൻനായരിലും പ്രവർത്തിച്ചത് ഏതേതു വിധങ്ങളിലാണ്?

മനസ്സിൽ വരുന്നത് അതേ മട്ടിൽ എഴുതും ഇടശ്ശേരി. വള്ളത്തോളിന്റെ രചനാശില്പം ഇടശ്ശേരിയെ സ്വാധീനിച്ചിരുന്നു. ആദ്യകാലത്താണത്. പിന്നെ അതു വിട്ടു. ഒറിജിനാലിറ്റിയാണ് പ്രധാനമായി കണ്ടത്. പൂത പ്പാട്ടും കാവിലെ പാട്ടും എഴുതുമ്പോൾ ഫോമിന്റെ കാര്യത്തിൽ ഇട ശ്ശേരി സ്വതന്ത്രനായി.

പൂതപ്പാട്ടിലൊക്കെ കാവ്യാത്മകമായ നാടകീയത കാണുന്നുണ്ടല്ലോ?

കാളിദാസനൊക്കെ കവിതയെ നാടകീയമായി കണ്ടു. മേഘസന്ദേശം നിറയെ നാടകമാണ്. ചിത്രങ്ങളാണ്. കാളിദാസൻ സ്വാധീനിക്കാത്ത മലയാള കവി ഉണ്ടാവില്ല. മലയാളത്തിലുണ്ടായ കാളിദാസനാണ് വൈലോപ്പിള്ളി.

ഇക്കാര്യം ഒന്നു കൂടി വിശദീകരിച്ചാൽ നന്ന്?

പെർഫെക്ഷൻ തന്നെ. രൂപഘടന, രചനാരീതി എന്നിവയുടെ കാര്യത്തിൽ വൈലോപ്പിള്ളി നമ്മളെ അതിശയിപ്പിക്കും. മനസ്സിലെ ആഹ്ലാദത്തിനു രൂപം കൊടുക്കലാണ് കവിത. ബ്രഹ്മസങ്കല്പത്തിനു രൂപം കൊടുക്കലാണ് പ്രകൃതി.

വൈലോപ്പിള്ളിയിൽ വിഷാദമായിരുന്നില്ലേ സ്ഥായി?

അതു പ്രായോഗികവശമാണ്. ആനന്ദമുണ്ടായതുകൊണ്ടാണ് കവിത എഴുതാൻ പുറപ്പെട്ടത്. സന്തോഷത്തിനു രൂപം കൊടുക്കലുകൂടിയാണ് കവിത. കൂട്ടുകൃഷിയുടെ റിഹേഴ്സൽ സമയം. അന്ന് മാതൃഭൂമിയിൽ വന്ന വൈലോപ്പിള്ളിയുടെ കവിത ഞാൻ വായിക്കുകയാണ്.

മാഴ്കരുതേ മലർവനി തോറും
കോകിലമൊഴിയാം കവിതേ
ജീവിതമധു മാസം മായും
നോവുകളെത്തും മൃതിയും

ഈ ഭാഗമെത്തിയപ്പോൾ ഇടശ്ശേരി റിഹേഴ്സൽ നിർത്താൻ പറഞ്ഞു. ആ വരികൾ വീണ്ടും വായിക്കാൻ പറഞ്ഞു. ഇടശ്ശേരിയുടെ മനസ്സ് നിറഞ്ഞു. നാടകമൊക്കെ മറന്നു. മനസ്സ് കവിതയിലങ്ങനെ നിറഞ്ഞു നില്ക്കുകയാണ്. വൈലോപ്പിള്ളിയുടെ വരികൾ ഞാൻ വായിക്കുമ്പോൾ ഇടശ്ശേരി താളം പിടിക്കുകയാണ്.

ഫോമിന്റെ കാര്യത്തിൽ പി. കുഞ്ഞിരാമൻനായരോ?

ഫോം കുറഞ്ഞയാളാണ്. ഇടശ്ശേരിയൊക്കെ ഉപേക്ഷിച്ച രീതിയിലാണ് കുഞ്ഞിരാമൻനായർ എഴുതിയത്. ബോധപൂർവമായ ഒരു ഫോം പി.യ്ക്ക് ഇല്ല. ഇടശ്ശേരിയുടെ 'അളകാവലി'യിലൊക്കെ ഫോം ഉണ്ട്.

അങ്ങേയ്ക്ക് കൃത്യമായ ഫോം ഉണ്ടോ?

ഉണ്ട്. ബോധപൂർവ്വമായ ഫോം ഉണ്ട്. ഇടശ്ശേരിയിൽനിന്നു പഠിച്ചതാണത്.

ഒരു കവിത വന്ന വഴി ഉദാഹരിച്ച് പറയാമോ?

ഒരു ദിവസം കുളിച്ചുവരുമ്പോൾ ഒരു പൂവ് കണ്ടു. അപ്പോൾ രണ്ടു വരി തോന്നി. അത് ഇങ്ങനെ.

നിന്നെ കൊന്നവർ കൊന്നൂ പൂവേ
തന്നുടെ തന്നുടെ മോക്ഷത്തെ.

പിന്നെ മെല്ലെ മെല്ലെ വരികൾ വന്നു. ബുദ്ധിയുടെ അംശം പ്രവർത്തിച്ചു. ഫോം രൂപപ്പെടുന്നത് ബുദ്ധിയിൽ നിന്നാണ്.

അനുഭൂതിക്ക് എത്രത്തോളം പ്രാധാന്യമുണ്ട്?

ഫസ്റ്റ് മൂവ്മെന്റ് അനുഭൂതിയാണ്. ആ നിമിഷം നമ്മുടെ കൈയിലല്ല. ദൈവം തരുന്ന ആ നിമിഷം വേണം. പിന്നെ പലതും ചെയ്യാം. മിന്നാമിനുങ്ങിന്റെ പ്രകാശം പോലെയാണ് ആ നിമിഷം. ആ മിന്നാമിനുങ്ങിൽനിന്ന് സൂര്യപ്രകാശം ഊതിയുണ്ടാക്കാം. ഒരു ബിന്ദുവിൽനിന്ന് വലിയ ഏരിയയിലേക്കുള്ള വികാസമാണത്. അതേ കവിതയാവൂ.

അക്കിത്തത്തിൽ ഒരു നാടകകാരനുണ്ട്. നാടകകൃത്തും നടനുമായ അക്കിത്തത്തെ സ്വയം കാണുന്നത് എങ്ങനെയാണ്?

കവിത എഴുതുന്നതിനു മുമ്പ് നാടകം എഴുതിയിട്ടുണ്ട്. കുമരനല്ലൂരിൽ തമിഴ് സംഗീതനാടകങ്ങൾ കളിക്കുന്ന കാലം. സദാരാമയൊക്കെ അന്നു പ്രധാനമാണ്. ഇതിന്റെ ആവേശത്തിൽ നോട്ടുപുസ്തകത്തിൽ ഓരോന്ന് എഴുതി വയ്ക്കും. കുമരനല്ലൂരിൽ പോയി നാടകം കണ്ട കുട്ടികൃഷ്ണൻ നായർ തമിഴ്നാടകം മട്ടിൽ മലയാള നാടകം എഴുതിയിരുന്നു. ഹരിശ്ചന്ദ്രചരിതം. ആ കാലത്ത് കവിതകളും കഥകളും നാടകങ്ങളും എഴുതിയിരുന്നു. പുന്നയൂർക്കുളം വി. ബാപ്പുവിന്റെ മാസികയിൽ 'മെഹർ' എന്ന കാവ്യം അച്ചടിച്ചു വന്നു. മെഹറിനെ

പ്പറ്റിയുള്ള കഥാകാവ്യം. പത്താം ക്ലാസ് കഴിഞ്ഞ് യോഗക്ഷേമസഭയിൽ വന്ന കാലത്താണ് എഴുത്തിൽ 'ശ്രദ്ധ' തുടങ്ങിയത്. യോഗക്ഷേമ സഭയുടെ തൃത്താല ഉപസഭാസമ്മേളനം. ചാത്തന്നൂർ നിലയങ്ങോട് ഇല്ലമുറ്റത്ത്. അന്നാണ് 'കലി മുഴുത്തു' എന്ന നാടകം വരുന്നത്. ഓതിക്കന്മാരെ പരിഹസിക്കുന്ന നാടകമാണ്. എല്ലാവരും കൂടിയാണ് സംവിധാനം. പരിയാനംപറ്റയും എം.പി.യും ഒക്കെ ഉണ്ട്. ഓതിക്കനായി അഭിനയിച്ചതും ഞാൻ തന്നെ. അന്ന് ഐ.സി.പി. നമ്പൂതിരിയാണ് യോഗക്ഷേമസഭയെ നയിച്ചിരുന്നത്. ഇ.എം.എസ്സിനേക്കാൾ, വി.ടി.യേ ക്കാൾ അക്കാലം ഐസി.പിയായിരുന്നു മുന്നിൽ. കേരളം മുഴുവൻ നടന്ന് സമുദായ സേവനം ചെയ്ത മഹാനായിരുന്നു ഐ.സി.പി. ഐ.സി.പി. നമ്പൂതിരിയും ഐ.എസ്. നമ്പൂതിരിയും ഒന്നാംതരം കമ്മ്യൂ ണിസ്റ്റുകാരുമായിരുന്നു.

അക്കാലത്ത് അങ്ങയുടെ രാഷ്ട്രീയം എന്തായിരുന്നു?

ഇ.എം.എസ്സിന്റെ കുടുംബത്തിലെ ഓതിക്കനാണ് ഞാൻ. വേളി, ഉപനയനം, പെൺകൊട തുടങ്ങിയ ചടങ്ങുകൾക്കു ഞങ്ങൾ പോകണം. അമ്പത്തിയാറ് ഇല്ലങ്ങളുടെ ഓതിക്കസ്ഥാനമുണ്ട്. അച്ഛൻ പല ഇല്ലങ്ങളിലേക്കും എന്നെ പറഞ്ഞയയ്ക്കും. പലകയിലിരുന്ന് ദക്ഷിണ വാങ്ങൽ മാത്രമേ വേണ്ടൂ. ഒരിക്കൽ ഏലംകുളത്തേയ്ക്കു പോയി. പുളിങ്കാവിൽ ഇറങ്ങിയാണ് ഏലംകുളത്തേയ്ക്കു പോവുക. അവിടെ പുഴയിൽ തോണി കളിച്ചിട്ടുണ്ട്. തോണി തുഴയാനുള്ള ധൈര്യം വന്നത് അവിടെവച്ചാണ്. ഞാൻ ഏലംകുളത്തുപോയ ദിവസം ഇ.എം.എസ്സ് അവിടെ ഇല്ല. കുമരനല്ലൂർ കെ.പി. മാധവമേനോന്റെ വീട്ടിൽ വച്ചാണ് ഇ.എം.എസ്സിനെ ആദ്യമായി കാണുന്നത്. മാധവമേ നോൻ ദേശാഭിമാനിയുടെ മാനേജരായിരുന്നു. തൃത്താല ഫർക്കയിൽ, നെഹ്റുവിന്റെ പ്രൈവറ്റ് സെക്രട്ടറിയായിരുന്ന ഡോക്ടർ കെ.ബി. മേനോന് എതിരായി മത്സരിക്കാൻ മാധവമേനോനുമേൽ സമ്മർദ്ദം വന്നു. വയ്യ എന്നു പറഞ്ഞ് അദ്ദേഹം ഒഴിഞ്ഞു മാറി. ഇടശ്ശേരിയും മാധവമേനോനും കൂടി ഇല്ലത്തു വന്നു. എന്നെ മത്സരിപ്പിക്കാനാണ് നീക്കം. പൊളിറ്റിക്കൽ അംബിഷനുണ്ടെങ്കിൽ നല്ല സമയമാണ് എന്ന് ഇടശ്ശേരി പറഞ്ഞു. അമ്പത്തിഒന്ന് കാലമാണ്. ഇപ്പോ നിന്നാൽ അക്കിത്തം മുഖ്യമന്ത്രിയാവും എന്ന് മാധവമേനോനും പറഞ്ഞു. കെ. ദാമോദരനുമായുള്ള ബന്ധമാണ് മാധവമേനോനെ കമ്മ്യൂണിസ്റ്റാ ക്കിയത്.

മത്സരിക്കാത്തതെന്തേ?

ബ്രാഹ്മണർ മത്സരിക്കാൻ പാടില്ല എന്ന് അച്ഛൻ പറഞ്ഞു. ഇതു ക്ഷത്രിയന്മാരുടെ പണിയാണ്. ബ്രാഹ്മണർ ജയിക്കില്ല. ബ്രാഹ്മണവൃത്തിയാണ് സാഹിത്യം. അതിൽ ജയിക്കുകയും ചെയ്യും എന്ന് അച്ഛൻ അനുഗ്രഹിച്ചു. എനിക്കു ക്ഷീണിച്ച മനസ്സാണ്. അതുകൊണ്ട് എഴുത്തുകാരനായി. രാഷ്ട്രീയക്കാരനു ക്ഷീണിച്ച മനസ്സ് പറ്റില്ല. എഴുത്തും ശരിയാവില്ല.

അച്ഛൻ സമ്മതിച്ചിരുന്നുവെങ്കിലോ?

നിശ്ചല്യ. അച്ഛൻ തീരെ സമ്മതിച്ചില്ലല്ലോ. മോഹംണ്ടായ്ര്ന്നു എന്നതു വാസ്തവം. കേമനായാൽ തരക്കേട്ല്യ എന്നു തോന്നുന്ന പ്രായവും. 1943–49ൽ തൃശൂരുള്ള കാലത്ത് എന്നെ പാർട്ടി മെമ്പറാക്കാനുള്ള ശ്രമം ഉണ്ടായി. ധൈര്യമില്ല. ഉറച്ചു നില്ക്കാൻ പറ്റില്ല എന്ന തോന്നൽ. 1947-ൽ സാമൂതിരി കോളേജിൽ വച്ച് സാഹിത്യ പരിഷത്ത് സമ്മേളനം നടന്നു. യോഗക്ഷേമസഭയുടെയും ഉണ്ണിനമ്പൂതിരിയുടെയും പ്രതിനിധിയായി പങ്കെടുക്കാൻ എനിക്ക് അവസരമുണ്ടായി. കെ.പി.എ. മേനോൻ താമസിച്ചിരുന്ന ഹോസ്റ്റലിലാണ് എന്റെയും താമസം. പി.സി. കുട്ടികൃഷ്ണന്റെ പ്രസംഗം കേട്ടു. പി.സി. ആരാണ് എന്നൊന്നും അറിയില്ല. ചാലപ്പുറം കോവിലകത്തേക്കു പോയി. അവിടെ കെ.വി.എം., വടക്കുംകൂർ, പി.വി. കൃഷ്ണവാരിയർ എന്നിവരുണ്ട്. അവരെ പരിചയമായി. അക്കിത്തം എന്നു കേട്ടപ്പോൾ വടക്കുംകൂർ എണീറ്റു. അദ്ദേഹം തോട്ടുപുറത്തെ മകനാണ്. തോട്ടുപുറവും ഞങ്ങളും ബന്ധുക്കളാണ്. അപ്രതീക്ഷിതമായ ആദരവിൽ ഞാൻ അമ്പരന്നു. അവരുടെ ഉപദേശങ്ങൾ എന്നെ ചിന്തിപ്പിച്ചു. കണ്ടശ്ശാംകടവിലുണ്ടായ ചെത്തുതൊഴിലാളി സമരത്തെക്കുറിച്ച് ഒരു കവിത എഴുതിയിരുന്നു ഞാൻ. അതു ദേശാഭിമാനിയിൽ കൊണ്ടുപോയിക്കൊടുത്തു. ഞായറാഴ്ചപ്പതിപ്പിൽ ആ കവിത വന്നു. ഇ.എം.എസ്സിന്റെ സ്റ്റഡിക്ലാസിൽ കേൾവിക്കാരനായി ഇരുന്നു. ടി.എസ്. തിരുമുമ്പും അവിടെയുണ്ട്. അസാമാന്യ പണ്ഡിതനായിരുന്നു. ഞങ്ങൾ ദേശാഭിമാനിയിൽവച്ചാണ് പരിചയപ്പെട്ടത്. പിന്നീട് തിരുമുമ്പിന്റെ മനസ്സു മാറി. മട്ടും മാറി. അഹിംസാത്മകമായ കമ്മ്യൂണിസത്തെ ഇഷ്ടപ്പെട്ടിരുന്ന തിരുമുമ്പിന് ഗുരുവായൂർ അഭയസ്ഥാനമായി.

അക്കിത്തത്തിനെതിരെ സമുദായത്തിൽ യാഥാസ്ഥിതികർ കലഹിച്ചതായി കേട്ടിട്ടുണ്ട്. ശരിയാണോ?

യോഗക്ഷേമസഭയ്ക്കു പകരമായി യാഥാസ്ഥിതിക നമ്പൂതിരിമാർക്ക് ഒരു സംഘടന ഉണ്ടായിരുന്നു. പതാക എന്ന പത്രവും. അതിൽ എന്നെ കളിയാക്കി മഹാകവി വിഢ്ഢിത്തം എന്നൊക്കെ എഴുതിയിരുന്നു. എല്ലാ ലക്കത്തിലും എന്നെക്കുറിച്ച് എന്തെങ്കിലും ആക്ഷേപം ഉണ്ടാവും. അവർ സദുദ്ദേശ്യത്തോടെ ചെയ്യുന്നതാണ്. അവർക്ക് എന്നോട് നല്ല അടുപ്പമായിരുന്നു. ആദ്യത്തെ പുസ്തകത്തിനു തന്നെ വിമർശനം വന്നു. കമ്മ്യൂണിസ്റ്റാണ് എന്നായിരുന്നു വിമർശനം. ഒളപ്പമണ്ണയും പ്രേംജിയുമൊക്കെ കവിതകൾ എഴുതിയിരുന്നു, എങ്കിലും ഞാനായിരുന്നു കുറ്റക്കാരൻ.

എഴുതിത്തുടങ്ങിയ കാലത്തെ ഈ വിമർശനം തളർത്തിയോ?

തളർത്തിയില്ല. സന്തോഷമാണ് തോന്നിയത്. നമ്മൾ പരിഗണിക്കപ്പെടുകയാണല്ലോ എന്നതു സന്തോഷമായി തോന്നി.

അക്കിത്തത്തിന്റെ കവിതകളെക്കുറിച്ചല്ല വിമർശനം. കാവ്യനിലപാടുകളെക്കുറിച്ചാണ്. ഇരുപതാം നൂറ്റാണ്ടിന്റെ ഇതിഹാസ വിമർശനങ്ങളൊക്കെ ആശയപരമായി ബന്ധപ്പെട്ടതാണ്. ഇപ്പോഴും അക്കിത്തത്തെ കാവ്യേതര നിലപാടുകളുടെ പേരിൽ, വിമർശിക്കുന്നവരുണ്ട്. മൗനംകൊണ്ടാണ് അക്കിത്തത്തിന്റെ മറുപടി. മനസ്സിൽ അല്പമെങ്കിലും വേദന തോന്നിയിട്ടുണ്ടോ അപ്പോഴൊക്കെ?

അതൊന്നും പരിഗണിക്കാറില്ല. അതിനു മറുപടി പറയാറും ഇല്ല. നമ്മുടെ സമയം അതിനു ചെലവഴിക്കാൻ പാടില്ല എന്നാണ് എന്റെ മതം. നില്ക്കുന്നത് നില്ക്കും; അല്ലാത്തതു പോകും. ഒരിക്കൽ കേശവദേവിനെതിരെ ഒരു ലേഖനം വന്നപ്പോൾ ദേവിനെ അനുകൂലിച്ച് ഞാൻ മറുപടി ലേഖനം എഴുതിയിട്ടുണ്ട്. വി.ടിയുടെ ശിഷ്യനായിരുന്നു ദേവ്. ദേവിന്റെ ആദ്യകഥ യോഗക്ഷേമം മാസികയിലാണ് പ്രസിദ്ധപ്പെടുത്തിയത്. കേശവദേവിനെ സപ്പോർട്ട് ചെയ്ത് എഴുതിയ ആ ഒന്നു മാത്രമേ ഓർമ്മയുള്ളൂ.

അക്കിത്തത്തെ പോലീസ് പിടിച്ചുകൊണ്ടുപോയ കഥ കേട്ടിട്ടുണ്ട്. കവിത എഴുത്തുതന്നെയാണോ അതിന്റെ പശ്ചാത്തലം?

ഞാൻ തൃശൂരുള്ള കാലം. പോലീസ് വന്ന് അച്ഛനെയും അമ്മയെയും ബുദ്ധിമുട്ടിച്ചിട്ടുണ്ട്. ഞാൻ കമ്മ്യൂണിസ്റ്റുകാരനാണെന്നു കരുതിയാണത്. ഒരിക്കൽ ഇല്ലത്തു വന്നു. പുസ്തകങ്ങളൊക്കെ എടുത്തു കൊണ്ടുപോയി. എന്റെ കൈയിൽനിന്ന് ഒന്നും കിട്ടാനില്ല. പടിഞ്ഞാറെ പത്തായപ്പുരയിൽ കൽക്കട്ട തീസിസിന്റെ കോപ്പി ഉണ്ടായിരുന്നു. തമിഴൻ ഇൻസ്പെക്ടറായിരുന്നു. മലയാളവും ഇംഗ്ലീഷും അറിയില്ല. ഒപ്പമുള്ള പോലീസുകാർക്ക് 'പ്രതികാരദേവത' എന്ന പുസ്തകം കിട്ടി. അതിൽ പതാക എന്നല്ലേ ഉദ്ദേശിച്ചത് എന്നായി പോലീസുകാർ. പതാക എന്ന പത്രമാണെന്നു പറഞ്ഞു. കൂട്ടാക്കിയില്ല. ചാലിശ്ശേരി പോലീസ് സ്റ്റേഷനിലേക്കു കൊണ്ടുപോയി. ചായയൊക്കെ വരുത്തിത്തന്നു. കുറ്റിപ്പുറത്തുനിന്ന് കുട്ടൻ എന്ന സഖാവിനെയും കൊണ്ടുവന്നിട്ടുണ്ട്. രാത്രി ഒമ്പതു മണിയായപ്പോൾ ഒരു കട്ടവണ്ടിയിൽ ഞെരുങ്ങിപ്പിടിച്ച് സർക്കിൾ ഇൻസ്പെക്ടർ വന്നു. അദ്ദേഹത്തിന് എന്നെ അറിയാം. സർക്കിൾ ഇൻസ്പെക്ടർ എന്നെ സ്റ്റേഷനിലേക്കു കൊണ്ടുവന്നതിന് സബ്ബ് ഇൻസ്പെക്ടറെ ചീത്ത പറഞ്ഞു. 'ങ്ങള് പൊക്കോളിൻ' എന്നു പറഞ്ഞു കുട്ടനെയും എന്നെയും വിട്ടു. ഇരുട്ടത്താണ് നടത്തം. ഒന്നര മണിക്കൂർ നടന്നു. കുന്നക്കാട് മനയിൽ എത്തി. ഉമ്മറത്ത് ഇരുന്നു. ഗൃഹനാഥനായ നമ്പൂതിരി റാന്തലുമായി വന്നു. എന്റെ മുഖത്തിനു നേരെ പിടിച്ചു. ആളെ മനസ്സിലായ മട്ടിൽ ഉറക്കെ ചിരിച്ചു. ഞാൻ കാര്യങ്ങൾ പറഞ്ഞു. അദ്ദേഹം അകത്തേക്കു ക്ഷണിച്ചു. ചായയുണ്ടാക്കി. ബാക്കിയുള്ള ചോറുകൊണ്ട് ഉപ്പുമാവ് ഉണ്ടാക്കി. അതും കഴിച്ച് അന്നവിടെ ഉറങ്ങി.

പൊന്നാനി കേന്ദ്ര കലാസമിതിയുമായി ബന്ധപ്പെട്ട നാടകസ്മരണകൾ?

ടി. ഗോപാലക്കുറുപ്പുമായി ബന്ധപ്പെട്ട ഓർമ്മയാണ്. ഹയർ എലിമെന്ററി വാർഷികം നടത്താൻ ഉദ്ദേശിക്കുന്ന സമയം. ഇടശ്ശേരിയ്ക്ക് തകഴിയുടെ ഒരു കത്തു വരികയാണ്. എനിക്കു തന്നെ ഒന്നു കാണണം. വരുന്നുണ്ട്. ഹയർ എലിമെന്ററി വാർഷികത്തിനു തകഴി വരുന്നു. ആറു ദിവസമേയുള്ളൂ പരിപാടിക്ക്. ഗോപാലക്കുറുപ്പ് മനയ്ക്കൽ വന്നു. ഒരു നാടകം വേണം. കുട്ടികളെ പഠിപ്പിക്കണം. അവർക്കു വേണ്ടിയാണ് 'ഈ ഏട്ത്തി നൊണേ പറയൂ' എഴുതിയത്. തകഴി ആ നാടകം കണ്ടു. നാടകത്തിൽ കുട്ടികളാണ് കഥാപാത്രങ്ങൾ. വലിയ ആൾ കൂടി വേണം എന്നു നിർദ്ദേശിച്ചത് തകഴിയാണ്.

തകഴി അന്ന് ഇടശ്ശേരിയുടെ വീട്ടിൽ താമസിച്ചു. തകഴി പറഞ്ഞ പ്രകാരം ഞാൻ നാടകം മാറ്റി എഴുതി.

കണ്ട പറമ്പക്കാവിലല്ല നാളെ വരുമ്പോൾ താലപ്പിലി
എന്നുടെ പിരടിക്കാവിലാണ് നാളെ വരുമ്പോൾ താലപ്പിലി

എന്നൊക്കെയുള്ള വരികളുണ്ട് നാടകത്തിൽ.

പിരടിക്കാവിലെ പൂരം കഴിക്കും എന്ന് അടിയുമായി ചേർത്തു പറയുന്ന പ്രയോഗമുണ്ട് വള്ളുവനാട്ടിൽ. അതാണോ അങ്ങയും ഉദ്ദേശിച്ചത്?

അതെയതെ. പുരോഗമന കലാസാഹിത്യസംഘം ഈ നാടകം ചെർപ്പുളശ്ശേരിയ്ക്കടുത്ത് നെല്ലായയിൽ കളിച്ചു. വടക്കേ മലബാറിൽ ഒരുപാടു സ്കൂളുകളിൽ ഈ നാടകം ഉണ്ടായി. വി.ടിയുടെ മകൻ, വി.ടി. വിജയകുമാർ (ഇന്നില്ല), വി.ടി. വാസുദേവൻ, കെ.കെ. ദിവാകരൻ എന്നിവരൊക്കെ ഈ നാടകത്തിൽ അഭിനയിച്ചിട്ടുണ്ട്.

അക്കിത്തത്തിലെ നാടകസങ്കല്പത്തിന്റെ മുൻമാതൃകയെക്കുറിച്ച് പറയൂ?

കൂട്ടുകൃഷിയാവാം.

'ഈ ഏട്ത്തി നുണയേ പറയൂ' എന്ന നാടകത്തിന്റെ രചന തുടർന്നുള്ള കുട്ടിക്കവിതകളുടെ എഴുത്തിന് ഗുണമായിട്ടുണ്ടോ?

അങ്ങനെയും പറയാം. അങ്ങ്ടും ഇങ്ങ്ടും വരും.

നാടകാനുഭവങ്ങൾ ഇനിയും ഉണ്ടാവുമല്ലോ?

ചൊവ്വര പാലസിൽ ഒരാഴ്ചത്തെ സാഹിത്യക്യാമ്പ്. വി.ടി. എല്ലാ ദിവസവും ഉണ്ട്. ഇ.എം.എസ്സും വന്നിരുന്നു. ജി., ഒളപ്പമണ്ണ, എം.ആർ. ബി., വി.ടി., പരിയാനംപറ്റ, എം.എസ്. നമ്പൂതിരി, ഐ.സി.പി., ഐ. എസ്. നമ്പൂതിരി എല്ലാവരും ഉണ്ട്. ഞങ്ങൾ തോണിയിൽ വെണ്മണി ഇല്ലത്തേയ്ക്കു പോയിട്ടുണ്ട്.

കവികളുടെ 'ഒരു തോണിയാത്ര' അല്ലേ?

അതെ.

അന്ന് നമ്പൂതിരി പരിഷ്ക്കരണ പ്രസ്ഥാനക്കാർ ഇനിഷ്യലിൽ അറിയപ്പെടാൻ കാരണമെന്താണ്? വി.ടി., എം.പി., എം.ആർ.ബി. തുടങ്ങി?

ഇംഗ്ലീഷ് വിദ്യാഭ്യാസം കാരണമാവാം. സാഹിത്യക്യാമ്പിലെ നാടകാനുഭവം പറയാം. അവിടെ ഒരു നാടകം കളിക്കേണ്ട ആവശ്യം വന്നു. വി.ടി., എം.ആർ.ബി., എം.പി., പരിയാനംപറ്റ, ഞാൻ. ഞങ്ങൾ അന്യോന്യം വർത്തമാനം പറഞ്ഞിരുന്ന് എഴുതുകയാണ്. 'പുറത്തു പോകൂ' എന്നാണ് നാടകത്തിന്റെ പേര്. തൃപ്പൂണിത്തുറ കോവിലകത്തെ തമ്പുരാട്ടിമാർ വിദ്യാഭ്യാസമില്ലാത്ത നമ്പൂതിരിമാർ സംബന്ധത്തിനു വരുമ്പോൾ 'പുറത്തു പോകൂ' എന്നു പറയുന്ന ആശയമാണ്. അപ്പോൾ നമ്പൂതിരി ഇംഗ്ലീഷ് പഠിക്കുകയാണ്. Man - മാൻ - മനുഷ്യൻ. Hen - ഹെൻ - പിടക്കോഴി ഇങ്ങനെ. അവസാനം എച്ച് ഇ എൻ ഹെൻ പിടക്കോഴി എന്നു പറഞ്ഞു പഠിക്കുന്നത് ഓത്തു ചൊല്ലുന്നതു പോലെയായി. ഈ നമ്പൂതിരിയായി, പുറത്തുപോകാൻ കല്പിക്കപ്പെട്ട നമ്പൂതിരിയായി അഭിനയിച്ചത് ഞാനാണ്. ജി. ചിരിച്ചു ചിരിച്ച് വല്ലാതായി. ഇ.എം.എസ്സ് ചിരിച്ച് തുള്ളിച്ചാടാൻ തുടങ്ങി. ഇങ്ങനത്തെ ഒരാളാണ് അക്കിത്തം എന്നു ധരിച്ചില്ല എന്ന് ജി. പറയുകയുണ്ടായി.

അപ്പോൾ അക്കിത്തത്തിൽ പാത്രബോധമുള്ള നടനുണ്ട്. നടനാനുഭവങ്ങൾ എന്തൊക്കെയാണ്?

ഇടശ്ശേരിയുടെ ഒപ്പം നടന്നതുകൊണ്ട് കിട്ടിയ ഊർജ്ജമാണ്. ഐക്യകേരളപ്പിറവി ദിനത്തിൽ ടൗൺ ഹാളിൽ വി.ടിയുടെ നാടകം കളിക്കണം. ആകാശവാണി എന്നെയാണ് ചുമതലപ്പെടുത്തിയത്. മഞ്ചേരി രാമയ്യരുടെ വീട്ടിലായിരുന്നു അന്ന് ഞാൻ താമസം. ഒപ്പം എം.ടിയും ഉണ്ട്. ഒന്നരക്കൊല്ലം ഞങ്ങൾ അങ്ങനെ കഴിഞ്ഞു. റിഹേഴ്സൽ അവിടെ വച്ചായിരുന്നു. കൂത്തുള്ളി, പരിയാനംപറ്റ, എം.എസ്. നമ്പൂതിരി, പ്രേമ്ജി ഒക്കെയുണ്ട്. എം.പിയുടെയും എം.ആർ.ബിയുടെയും നാടകത്തിൽ ഞാൻ അഭിനയിച്ചിട്ടുണ്ട്; പാഴൂർ യോഗക്ഷേമസഭാ മീറ്റിങ്ങിനു നാടകം അവതരിപ്പിച്ചപ്പോഴാണത്. ഇടശ്ശേരിയുടെ നാടകത്തിൽ ശ്രീധരൻ നായർ, ബാപ്പുട്ടി എന്നീ കഥാപാത്രങ്ങളെയും അവതരിപ്പിച്ചു.

മലയാള നാടകത്തിന് വന്ന മാറ്റങ്ങൾ ശ്രദ്ധിച്ചിട്ടുണ്ടാവുമല്ലോ?

നാടകത്തിന് ഇന്റൻസിറ്റി കൂടി. വി.ടിയേക്കാൾ കെ.ടി.യുടെ നാടകത്തിനു പോയറ്റിക്ക് ഇന്റൻസിറ്റി വന്നു. കറവറ്റ പശു, വെളിച്ചം വിളക്കന്വേഷിക്കുന്നു എന്നീ നാടകങ്ങൾ ഉദാഹരണമാണ്. എൻ. കൃഷ്ണപിള്ള, പുളിമാന പരമേശ്വരൻ പിള്ള, സി.ജെ. തോമസ് എന്നിവരിലൂടെ മലയാള നാടകം വളർന്നു.

റേഡിയോ നാടകങ്ങളെക്കുറിച്ച് എന്തു പറയുന്നു? അനവധി റേഡിയോ നാടകങ്ങൾക്ക് സാക്ഷിയായതാണല്ലോ?

റേഡിയോ നാടകങ്ങളിൽ അഭിനയിക്കൽ പ്രധാനമല്ലല്ലോ.

വലിയൊരു കേൾവിസമൂഹമുണ്ടായിരുന്നല്ലോ റേഡിയോ നാടകങ്ങൾക്ക്. നാടകം കാഴ്ച്ചയുടെ കലയ്ക്ക് ഒപ്പം കേൾവിയുടെ കല കൂടിയായ കാലം?

ധാരാളം റേഡിയോ നാടകങ്ങൾ കേട്ട് ആസ്വദിച്ചിട്ടുണ്ട്.

റേഡിയോ മലയാളകവിതയെ പ്രോത്സാഹിപ്പിച്ചിട്ടുണ്ട് എന്ന് മുമ്പൊരിക്കൽ പറയുകയുണ്ടായി. ഒന്ന് വിശദീകരിക്കൂ?

എൻ.വിയുടെ നീണ്ട കവിതകളും, കുറേക്കൂടി നീണ്ട കവിതകളും മലയാളകവിതയുടെ രൂപഘടനയിൽ വന്ന മാറ്റത്തിനു സാക്ഷ്യങ്ങളാണ്. കാല്പനികതയിൽനിന്ന് അല്പം പിന്നാക്കം വന്ന് കവിത യഥാതഥമായി. അമ്പതിലാണ് കോഴിക്കോട് റേഡിയോ സ്റ്റേഷൻ തുറക്കുന്നത്. തിരുവനന്തപുരം സ്റ്റേഷൻ അന്നില്ല. പി.സി. പ്രൊഡ്യൂസറായി വന്നപ്പോൾ നാഗവള്ളി ആർ.എസ്. കുറുപ്പുമായി സഹകരിച്ച് സാഹിത്യ പരിപാടികൾ ആസൂത്രണം ചെയ്തു. കൈനിക്കര കുമാരപ്പിള്ളയും ഉണ്ടായിരുന്നു. സി.ജെ. തോമസ്, കേശവദേവ് എന്നിവരുടെ സൃഷ്ടികൾ ഉൾപ്പെടുത്തി. പതിനഞ്ചു മിനിട്ട് ദൈർഘ്യത്തിനു പാകത്തിൽ വായിക്കാവുന്ന കവിതകൾ വേണമെന്നായി. കവിത അധികം ചെറുതാക്കേണ്ട എന്നായിരുന്നു കവികൾക്ക് കൊടുത്ത നിർദ്ദേശം. ഇടശ്ശേരി, വൈലോപ്പിള്ളി, ഒളപ്പമണ്ണ, വയലാർ എന്നിവർ നീണ്ട കവിതകൾ എഴുതാൻ കാരണം ആകാശവാണിയാണ്. ഒളപ്പമണ്ണയുടെ പാഞ്ചാലിയും നങ്ങേമക്കുട്ടിയും എന്റെ പണ്ടത്തെ മേശാന്തിയും ആകാശവാണിയിൽ ചൊല്ലിയതാണ്.

കവിസമ്മേളനങ്ങളും ആകാശവാണിയും തമ്മിൽ ബന്ധമുണ്ടായിരുന്നില്ലേ?

റേഡിയോ സ്റ്റേഷൻ മുഖേനയാണ് കവിസമ്മേളന സമ്പ്രദായം നടപ്പിലായത്. ആകാശവാണി കവിസമ്മേളനങ്ങൾ നടത്തിയിരുന്നു. ഒരു കവിസമ്മേളനത്തിന്റെ ഫലമായിട്ടാണ് എനിക്ക് ഉദ്യോഗം തന്നെ കിട്ടിയത്.

ഇപ്പോൾ മടുപ്പിക്കുന്ന ഒന്നാണ് കവിസമ്മേളനം. കവിസമ്മേളനങ്ങളുടെ നല്ല കാലത്തിൽ പങ്കാളിയാണ് അങ്ങ്. ആ അനുഭവങ്ങൾ എന്തൊക്കെയാണ്?

മലയാളകവിതയുടെ പുരോഗതികാലത്ത് കവിസമ്മേളനങ്ങൾ സാർവ്വത്രികമായിരുന്നു. എന്നും അനുസ്മരിക്കത്തക്ക രചനകൾ കവിസമ്മേളനങ്ങളിൽ വായിക്കപ്പെട്ടിട്ടുണ്ട്. ഒറ്റപ്പാലം സാഹിത്യ പരിഷത്തിൽ വച്ചാണല്ലോ കുഞ്ഞിരാമൻനായർ 'കളിയച്ഛൻ' വായിച്ചത്.

അന്നു വായിക്കാൻ വേണ്ടി തലേ ദിവസം രാത്രി മെഴുകുതിരി വെളിച്ചത്തിൽ എഴുതിയതാണ് കളിയച്ഛൻ എന്ന് കുഞ്ഞിരാമൻ നായർ ഓർമ്മിക്കുന്നുണ്ടല്ലോ. ഇതുപോലെ പ്രശസ്തമായ കവിതകളെക്കുറിച്ച്?

എൻ.വിയുടെ മദിരാശിയിൽ ഒരു സായാഹ്നം, എം. ഗോവിന്ദന്റെ ഒരു പൊന്നാനിക്കാരന്റെ മനോരാജ്യം എന്നിവ കവിസമ്മേളനങ്ങളിലൂടെ, പ്രശസ്തമായതാണ്.

ആർക്കൊപ്പമൊക്കെ കവിത വായിച്ചിട്ടുണ്ട്, മുതിർന്ന കവികളിൽ?

ജി., വെണ്ണിക്കുളം, കുഞ്ഞിരാമൻനായർ മുതല്ക്ക്.

അങ്ങ് സ്വന്തമായൊരു ചൊല്ലൽ ക്രമം രൂപപ്പെടുത്തിയിരുന്നുവോ?

കവിത effective ആവുന്ന രീതിയിൽ, വാസ്തവികമായ ശൈലിയിൽ വായിക്കുക എന്നതാണ് എന്റെ ശൈലി.

വേദപഠനം ഇതിനു ഗുണമായിട്ടുണ്ടോ?

ഉണ്ടാവാം. ഒരു പ്രസന്റേഷൻ മെത്തേഡ് ഉണ്ടാക്കി എടുത്തു.

പുതിയ ചൊൽരീതി വന്നപ്പോൾ സ്വയമൊരു മാറ്റം ആഗ്രഹിച്ചുവോ?

മാറേണ്ട വിഷയം ഇല്ലല്ലോ.

കാസെറ്റിലൂടെ കവിത കേൾക്കുന്ന കാവ്യാസ്വാദനത്തെ അനുകൂലിക്കുന്നുണ്ടോ?

തരക്കേടൊന്നുമില്ല. വേണ്ടാ എന്ന് വയ്ക്കേണ്ട. വായിച്ചു കേൾക്കുന്നത് കാസറ്റിലൂടെ കേൾക്കുന്നു.

അക്കിത്തം കവിതകളും സംഗീതം കൊടുത്ത് പുറത്തിറങ്ങിയിട്ടുണ്ടല്ലോ?

കവിതയിൽ അധികം സംഗീതം ചേർക്കലിനോട് എനിക്കു പ്രതിപത്തി ഇല്ല. അർത്ഥത്തിന് അനുകൂലമായ സംഗീതമേ പാടൂ.

മണ്ണൂർ രാജകുമാരനുണ്ണി പാടിയതോ?

നന്നായിരിക്ക്ണു. കവിത മ്യൂസിക്കലൊക്കുന്നതിനു ഞാൻ പൊതുവെ എതിരല്ല. അർത്ഥം കളഞ്ഞുള്ള സംഗീതം പാടില്ല. അവിടെയാണ് എന്റെ പിടുത്തം.

കവിത മൗനമായി വായിക്കുവാനോ ചൊല്ലാനോ സുഖം?

അത് ഓരോ ആളുകളുടെ രുചിക്കനുസരിച്ചാണ്. ചിലപ്പോൾ മൗനമാകും സുഖം.

കേൾവിയിലെ അനുഭവം വായനയിൽ കിട്ടാത്ത കവിതകളും ഉണ്ടല്ലോ?

അങ്ങനെയും ഉണ്ട്. വായിച്ച് ഉൾക്കൊണ്ടാലേ പൂർണ്ണമായ അർത്ഥഗ്രഹണമുണ്ടാകൂ. കണ്ണുകൊണ്ട് വായിക്കുകതന്നെ വേണം. സ്നേഹമാണഖിലസാരമൂഴിയിൽ... ഇതു പാട്ടുപോലെ കേട്ടാൽ ഉള്ളിൽ കയറില്ല. മനനം ചെയ്താലേ മാധുര്യം കിട്ടൂ. സ്നേഹത്തിനു പല

അർത്ഥങ്ങളാണ്. അതിനു വ്യത്യസ്ത പ്രയോജനങ്ങളാണ്. മനനം കൊണ്ടേ കവിത വേണ്ട പോലെ ആസ്വദിക്കാനാവൂ.

അപ്പോൾ, ചെവിയല്ല കണ്ണാണ് പ്രധാനം അല്ലേ?

ശരിയാണത്.

അങ്ങേയ്ക്ക് യാത്രയ്ക്കിടയിൽ വീണു കിട്ടിയ പല കവിതകളും ഉണ്ട്. ഇപ്പോഴും അത്യാവശ്യം യാത്ര ചെയ്യുന്നു. യാത്ര ഇഷ്ടമാണോ?

ആവശ്യം വരുമ്പോൾ യാത്ര ചെയ്യുക പതിവാണ്. യാത്രയ്ക്കിടയിൽ പല വരികളും വന്നിട്ടുണ്ട്.

ഇന്നത്തെ, വിശേഷണപ്രകാരം അക്കിത്തം ദളിത് കവിതകളും എഴുതിയിട്ടുണ്ട്. അതിന്റെ പശ്ചാത്തലം എന്താണ്?

പടിക്കൽ ഹരിജൻ കോളനി ഉണ്ടായിരുന്നു. അവർ വട്ടമിട്ട് കളിക്കുന്നതു കണ്ടിട്ടുണ്ട്. വിളക്കൊക്കെ കത്തിച്ചുവച്ചിട്ടാണ് കളി. ഞാനതു ശ്രദ്ധിച്ചു. അതിലെ ഈണം എന്നെ സ്വാധീനിച്ചു.

പടിയ്ക്കലെ കണ്ടം കൊയ്യ്ണ ദിവസം പാലക്കാട്ട്
പടിച്ച്ണ തമ്പ്രാൻ നാട്ടിൽ വന്നേ കൊയ്ത്ത് കാണാൻ

കുറേ കവിതകൾ കളഞ്ഞു. കവി വി.ടി. കുമാരൻ കുറേ കവിതകൾ കൊണ്ടുപോയി. വടക്കേ മലബാറിൽ കഥാപ്രസംഗമാക്കി. യു.എ. ഖാദർ അതിനെക്കുറിച്ച് എഴുതിയിട്ടുണ്ട്.

കാവ്യാത്മകമായ ഗദ്യം എന്ന ഒന്നുണ്ടോ? എപ്പോഴാണ് ഗദ്യം കാവ്യാത്മകമാവുന്നത്?

അത് കവിയുടെ കലയാണ്. കവിമനസ്സിൽ ഗദ്യം, പദ്യം എന്ന ഒന്നില്ല. ഒക്കെ മനുഷ്യൻ വിഭജിക്കുന്നതാണ്. സബ്ജക്റ്റിൽ ലയിക്കുമ്പോൾ ഫോം ഇല്ല. അതു പിന്നീടു വരികയാണ്. ഗദ്യത്തിൽ 'പാവങ്ങൾ' വന്നപ്പോൾ മാറ്റം വന്നു. ആ ഭാഷ ആലോചനാപ്രധാനമാണ്. അതൊരു ശൈലിയായി മാറി. എഴുത്തുകാരെ സ്വാധീനിച്ചു. എം.പി., എം.ആർ.ബി., വി.ടി., മൂത്തിരിങ്ങോട് തുടങ്ങി പി.സി. വരെ ആ സ്വാധീനത്തിൽപെട്ടവരാണ്.

പി. കുഞ്ഞിരാമൻനായരുടെ ഗദ്യമോ?

പോയറ്റിക്ക് ഇന്റൻസിറ്റി കൂടും. ബഷീറിന്റെ ഗദ്യത്തിനുമുണ്ട് ഈ വിശേഷം. ബഷീർ സബ്ജക്റ്റീവായി. പൊൻകുന്നം വർക്കിയുടെ ഗദ്യം വ്യത്യസ്തമാണ്. ഈ വ്യത്യസ്തതയാണ് എഴുത്തുകാരനെ കവിയാക്കുന്നത്.

യാത്രാവിവരണത്തിലും നല്ല ഗദ്യം കാണാമല്ലോ. അങ്ങ് യാത്രാവിവരണം എഴുതാത്തത് എന്തുകൊണ്ടാണ്?

ഇന്ത്യ മുഴുവൻ യാത്ര ചെയ്തു. ഇംഗ്ലണ്ടിലും കാനഡയിലും പാരീസിലും അമേരിക്കയിലും പോയി. യാത്രാവിവരണം എഴുതിയില്ല. എഴുതില്ല എന്നു വച്ചിട്ടാണ്. നമ്മുടെ വഴി തെറ്റിപ്പോകും. സഞ്ചാരസാഹിത്യമെഴുതിയാൽ കവിതയിൽനിന്നുള്ള നഷ്ടപ്പെടലാകും.

നമ്മുടെ ആദ്യകാല കഥാകൃത്തുക്കളിൽ അക്കിത്തത്തിന്റെ പേരും ഉണ്ട്. ചെറുകഥാ സാഹിത്യചരിത്രത്തിലും പേരു കാണാം. കഥയെഴുത്ത് ഉപേക്ഷിച്ചതെന്തേ?

തോമസ് പാപ്പി വേലംകുളം 'കഥ' എന്ന മാസിക നടത്തിയിരുന്നു. 1946-49 കാലം. അന്ന് ധാരാളം കഥകൾ എഴുതി. ഡോ. എം.എം. ബഷീറിന്റെ കഥാസാഹിത്യചരിത്ര പുസ്തകത്തിൽ പറഞ്ഞിട്ടുണ്ട്. തോമസ് പാപ്പിയാണ് കഥ എഴുതാൻ പ്രേരിപ്പിച്ചത്. 'പാസ്' എന്ന കഥ നല്ല ഫലമുണ്ടാക്കി. കേരളവർമ്മ കോളേജ് പ്രിൻസിപ്പലായിരുന്ന പ്രൊഫ. എം.പി. ശങ്കരൻനമ്പ്യാർ എൻ.വിയോട് അക്കിത്തത്തിനെ കാണണം എന്നു പറഞ്ഞു. ശങ്കരൻ നമ്പ്യാർ ആ കഥയെക്കുറിച്ചു സംസാരിച്ച് അതിൽ ലയിച്ച് ചിരിക്കാൻ തുടങ്ങി. എം.പി. പോളും ലളിതാംബിക അന്തർജനവുമൊക്കെ കഥ നന്നായി എന്നു പറഞ്ഞു. 'പാസി'നെപ്പറ്റി ലേഖനങ്ങൾ വന്നു. കഥ തുടർന്നാൽ കവിതയില്ലാതാവും എന്ന് മനസ്സു പറഞ്ഞു. സാമ്പത്തികവിജയമുണ്ടാകും. കവിത മതി എന്നു തീരുമാനിച്ചുറച്ചു.

മലയാളകഥയെ എങ്ങനെ വിലയിരുത്തുന്നു. കഥയുടെ വളർച്ചാകാലം ശ്രദ്ധിച്ചിട്ടുണ്ടോ?

അന്ന് 'മാതൃഭൂമി'യേ കിട്ടൂ. പൊറ്റെക്കാട്, ഉറൂബ്, തകഴി, കേശവദേവ്, പൊൻകുന്നം വർക്കി, കോവിലൻ, എം.ടി. അങ്ങനെ പലരെയും വായിച്ചു. കോവിലനുമായി നല്ല അടുപ്പമാണ്. ആ കാലം പറയാം. തൃശൂരിൽ പുരോഗമന കലാസാഹിത്യ സംഘത്തിന്റെ സമ്മേളനം നടക്കുകയാണ്. ഇ.എം.എസ്സ്., കെ. ദാമോദരൻ, എം.എസ്. ദേവദാസ് ഒരു പക്ഷത്ത്. മറുപക്ഷത്ത് മുണ്ടശ്ശേരി, എൻ.പി., സി.ജെ. തോമസ്, തകഴി, പി.സി. രൂപഭദ്രതയാണ് വിഷയം. എന്താ രാഷ്ട്രീയം അതിനു പാകത്തിൽ എഴുതുക എന്ന് ഇ.എം.എസ്സ്. ആ സമ്മേളനത്തിൽ കോവിലനും ഞാനും ഉത്സാഹികളായി നടക്കുന്നു. യോഗത്തിൽ മുൽക്ക്‌രാജ് ആനന്ദ് വരുന്നുണ്ട്. മുൽക്ക്‌രാജ് ആനന്ദ് പ്രസംഗിക്കുന്നു എന്ന് കരിക്കട്ട കൊണ്ടും കുമ്മായം കൊണ്ടും എഴുതിവയ്ക്കാനൊക്കെ ഞങ്ങൾ ഓടി നടന്നു. സാഹിത്യകാരന്മാരുടെ ഫോട്ടോ, പുസ്തക പ്രദർശനം എന്നിവ ഉണ്ടായിരുന്നു. ഒരാഴ്ച കോവിലനും ഞാനും ഒരുമിച്ചുണ്ടായി. ഇന്നുമതെ കോവിലനുമായി നല്ല സൗഹൃദമാണ്. നുറുങ്ങ് നുറുങ്ങ് വാചകങ്ങളിലൂടെ നല്ല കഥകൾ പറയുന്ന ഒന്നാന്തരം എഴുത്തുകാരനാണ് കോവിലൻ.

ഇടശ്ശേരിക്കവിതയുടെ കരുത്തിനു സമാന്തരമായി കോവിലന്റെ ഗദ്യത്തെ കണ്ടുകൂടേ?

അങ്ങനെയുമാവാം. ശില്പത്തിൽ നല്ല ശ്രദ്ധയുണ്ട് കോവിലന്.

കഥയുടെ അടുത്ത തലമുറയെ എങ്ങനെയാണ് വായിച്ചത്?

കവിത ഗദ്യത്തിൽ എഴുതിയവരാണ് ടി. പത്മനാഭനും മാധവിക്കുട്ടിയും. എം.ടി. വാസുദേവൻനായരിൽ കവിതയുണ്ടെന്നു തോന്നില്ല. എന്നാൽ നിറയെ കവിതയാണതിൽ. അതാണ് സിംപ്ലിസിറ്റി. ടോൾസ്റ്റോയിയൻ ശൈലിയിൽ, മലയാളത്തിൽ കഥകൾ എഴുതിയത് എം.ടി. മാത്രമാണ്. എന്റെ കുട്ടിയെപ്പറ്റി എനിക്കു പറഞ്ഞാൽ മതി വരില്ല.

ആധുനിക കഥകൾ വായിച്ചിട്ടുണ്ടോ?

കഥയിൽ വലിയ മാറ്റമൊന്നും ഉണ്ടായിട്ടില്ല. ആധുനിക കവിതയുടെ അപകടം കഥയിൽ കാണുന്നില്ല. എൻ.എസ്. മാധവന്റെ ഒരു കഥ വായിച്ച് പകുതിയായി നിർത്തി. ആനന്ദിന്റെ ചില കഥകൾ

വായിച്ചിട്ടുണ്ട്. നീണ്ട കഥകൾ വയ്യ. ആനന്ദ് പണ്ഡിതനാണ്. പലപ്പോഴും ബുദ്ധിപരമാണ് എഴുത്ത്. കടവല്ലൂരിൽവച്ച് ആനന്ദിനെ കണ്ടു സംസാരിക്കുകയുണ്ടായി. ഞാൻ പരിശോധിച്ച സംസ്കൃത മലയാള നിഘണ്ടു കണ്ടിട്ടുണ്ട് എന്ന് ആനന്ദ് പറയുകയുണ്ടായി.

ഏറ്റവും പുതിയ കഥാകൃത്തുക്കളെ ശ്രദ്ധിക്കാറുണ്ടോ?

വായിക്കാറില്ല. കവികളുടെ കൂട്ടത്തിൽ മേലൂർ വാസുദേവന്റെ കവിതകൾ നല്ല കവിതകളായി തോന്നി.

അപൂർവ്വമായ ചില സൗഹൃദങ്ങളുണ്ട് അങ്ങയുടെ ജീവിതത്തിൽ എന്നു കേട്ടിട്ടുണ്ട്. ചിലത് പറയാമോ?

ഞാൻ ഏറ്റവും അധികം കത്തുകൾ എഴുതിയിട്ടുള്ളത് എം. ഗോവിന്ദനാണ്. എം. ഗോവിന്ദൻ, എം.ജി. 77, ബി. ഹാരിസ് റോഡ്, മദ്രാസ് -2 എന്ന് മേൽവിലാസം. ഞങ്ങൾ ധാരാളം ആശയവിനിമയം നടത്തിയിട്ടുണ്ട്. ഹ്യൂമനിസ ബോധം - ഭൂതദയ തന്നെ - ഇതിനെക്കുറിച്ചൊക്കെ കത്തിടപാടുകൾ നടത്തിയിരുന്നു. കമ്മ്യൂണിസത്തെക്കുറിച്ച് കൂടുതൽ അറിഞ്ഞത് ഗോവിന്ദനിൽ നിന്നാണ്. എം.എൻ. റോയിയുടെ സ്വാധീനം അദ്ദേഹത്തിനുണ്ടായിരുന്നു. ഗോവിന്ദനും ഇടശ്ശേരി ഗുരുവാണ്. സാഹിത്യത്തിലൂടെ ഹ്യൂമനിസം പ്രചരിപ്പിക്കാം എന്നായി. എഴുത്ത് ഒരു മാധ്യമമായി. 'നീ മനുഷ്യനെ കൊല്ലരുത്' എന്ന നാടകം എം. ഗോവിന്ദൻ എഴുതി. കൽക്കട്ട തീസിസിന് എതിരായിരുന്നു അത്. മുണ്ടശ്ശേരി ഒറ്റ രാത്രികൊണ്ട് എഴുതിയതാണ് രൂപഭദ്രത എന്ന പുസ്തകം. എഴുത്തുകാരൻ മനുഷ്യനിലേക്കു പോകണം എന്നു മുണ്ടശ്ശേരി പറഞ്ഞു. മുൽക്ക്രാജ് ആനന്ദും ഇതേ പക്ഷക്കാരനായിരുന്നു.

എം. ഗോവിന്ദനെ കവി എന്ന നിലയ്ക്ക് എങ്ങനെ കാണുന്നു?

ഏറ്റവും നല്ല കവി എന്നു പറയേണ്ട. ഒരു കൂടിആട്ടത്തിന്റെ കഥ പുസ്തകമാക്കിയ കാലം. ഒരു ദിവസം ഗോവിന്ദൻ എന്നെ കാണാൻ വന്നു. അത് അക്കിത്തമൊന്നു മാറ്റി എഴുതിത്തരണം എന്നു പറഞ്ഞു. അച്ചടിക്കുന്നതിനു മുമ്പാണെങ്കിൽ എന്തെങ്കിലും ചെയ്യാമായിരുന്നു. ഇനി അതു ശരിയാവില്ലെന്നു തീർത്തു പറഞ്ഞു. ആരൊക്കെയോ

കവിതയെക്കുറിച്ചു പറഞ്ഞതിന്റെ പേരിലായിരുന്നു മനംമാറ്റം. മരിക്കുന്നതിനു കുറച്ചു ദിവസം മുമ്പായിരുന്നു ആ വരവ്. ഗോവിന്ദൻ നല്ല ചിന്തകനായിരുന്നു. ഒന്നാന്തരം യുക്തിവാദിയും. എം. ഗോവിന്ദന്റെ തെരഞ്ഞെടുത്ത പ്രബന്ധങ്ങളിൽ 'ലോകം നമ്മുടെ നിന്ത്രണത്തിലല്ല' എന്നു വിശദീകരിക്കുന്ന ലേഖനമുണ്ട്. ഇതിൽ വീക്ഷണം മാറിയ ഗോവിന്ദനെ കാണാം. മനസ്സിൽ തട്ടിയ ഒരു സംഭവത്തെ തുറന്നെഴുതി ഗോവിന്ദൻ. ഗോവിന്ദൻ ഡൽഹിയിൽ ഒരു ഹോട്ടലിൽ താമസിക്കുന്ന സമയം. രാത്രി ഒരു സ്വപ്നം കണ്ടുണർന്നു. കൽക്കട്ടയിലുള്ള ഒരു സുഹൃത്ത് അപകടത്തിൽപ്പെട്ടു മരിച്ചു. ഇതായിരുന്നു സ്വപ്നം. ഗോവിന്ദന് ഉറങ്ങാനായില്ല. പുറത്തേക്കു പോയി. നടന്നു. രാവിലെയായി. പേപ്പർ വന്നപ്പോൾ അതു വാങ്ങി. ആ മരണവാർത്ത പേപ്പറിൽ കണ്ടു. ഇക്കാര്യം ഗോവിന്ദൻ എഴുതിയിട്ടുണ്ട്.

കെ. ദാമോദരനുമായും നല്ല സൗഹൃദമായിരുന്നു. ഒരു ദിവസം തൃശൂരിലെ ഒരു ബുക്ക്സ്റ്റാളിൽനിന്ന് ദാമോദരൻ ഇറങ്ങി വരുന്നു. ഞങ്ങൾ കണ്ടു മുട്ടി. ഞാൻ പാഞ്ഞാൾ അതിരാത്രത്തെക്കുറിച്ച് ലേഖനം എഴുതിയ സമയം. 'ഒരു കാര്യം പറയാൻണ്ട്' എന്നു ദാമോദരൻ പറഞ്ഞു. "ആധ്യാത്മികത, അത്ര തമാശയല്ലെന്നാണ് തോന്നണത്. അതിരാത്രത്തെപ്പറ്റി എഴുതിയത് വായിച്ചു. അതില് പറയണത് ശരിയാണെന്നാണ് എനിക്കു തോന്നണത്.' ഇങ്ങനെയായിരുന്നു കെ. ദാമോദരന്റെ വർത്തമാനം. യുക്തിവാദികളായ എം.സി. ജോസഫും പവനനും എന്റെ മിത്രങ്ങളായിരുന്നു. ഭൗതികവാദവും ആത്മീയവാദവും ഒന്നാണ് എന്നു ഞാൻ പറയാറുണ്ട്. ഒന്നായാലേ ശക്തിയുണ്ടാവൂ. മഞ്ഞുകട്ടയിൽ വെള്ളവും വായുവും ഉണ്ട്. ആത്മീയതയും ഭൗതികതയും ഒന്നുതന്നെ.

പിന്നെയും പിന്നെയും തെറ്റിദ്ധരിക്കപ്പെടുകയാണല്ലോ അങ്ങയുടെ രാഷ്ട്രീയം?

സനാതനധർമ്മപുനരുത്ഥാന പക്ഷത്ത് എന്നും ഞാനുണ്ടാവും. പുനരുദ്ധാരണപക്ഷത്തും ഉണ്ടാവും... ഗാന്ധിജിയും കേളപ്പജിയുമൊക്കെ അങ്ങനെ നിന്നവരാണ്. സത്യം, സമത്വം, സ്വാതന്ത്ര്യം - ഇതു പ്രധാനമാണ്. സത്യമാണ് പരമപ്രധാനം.

അക്കിത്തത്തിന്റെ ജീവിതനീതിയും കാവ്യനീതിയും ഇതാണ്.

■